ஆனந்தத் தேன்

(சொற்பொழிவுகள்)

கி. வா. ஜகந்நாதன்

Title: Anandha Thean

Author: Ki. Va. Jagannathan

Language: Tamil

First Published on: 1956

Year of Publication: 2025

Book Format: Paperback

*Page Size: 6inch * 9inch*

Category: Religious

Subject: Religious Essays

No. of pages: 144

ISBN: 978-81-997774-9-1

Published by: Nilan Publishers, Madurai, Tamilnadu, India

பொருளடக்கம்

குறிப்புகளுக்காக

முகவுரை

தமிழ்நாட்டில் கடவுளை நினைப்பதற்கு வாய்ப்பாகப் பல அமைப்புக்களும், பொருள்களும் வழக்கங்களும் இருக்கின்றன. கோயில்கள், புராணங்கள், நூல்கள் ஆகியவை கடவுளின் நினைவை எப்போதும் பசுமையாக இருக்கும்படி செய்கின்றன. மக்களுக்கு இடும் பெயர்களும், பண்டிகைகளும் நினைவுக்கு உரமூட்டுகின்றன. கடவுள் ஒருவனே என்ற அடிப்படையான உண்மையை நாம் மறப்பதில்லை. ஆனாலும் அன்பர்களின் விருப்பத்தை நிறைவேற்ற அவன் வெவ்வேறு திருவுருவம் கொள்கிறான் என்று நூல்கள் கூறுகின்றன. அவ்வப்போது திருவவதாரம் செய்த மூர்த்திகளும், அன்பர்களின் வேண்டு கோளுக்கு இணங்க எழுந்தருளிய மூர்த்திகளும் பல பல. திருமால் பத்து அவதாரங்கள் எடுத்தார். ஆனால் அவருடைய திருக்கோலங்கள் பத்தோடு நிற்பவை அல்ல. அவற்றையல்லாமல் வேறு வடிவங்களும் உண்டு. அந்தப் பத்திலும் ஒவ்வொன்றிலும் பல நிலைகள் இருக்கின்றன. ராமன் ஓர் அவதார மூர்த்தி, ஆனாலும் அவனுடைய கோலங்கள் எத்தனை விதமான அன்பர்களுடைய உள்ளத்தே காட்சியளிக்கின்றன. கோசலையின் கைக்குழந்தைகளாகிய கௌசல்யா ராமன் ஒரு மூர்த்தி. தளர்நடை பழகும் ராமன் ஒரு மூர்த்தி. வசிஷ்டரிடம் மாணாக்கனாக இருக்கும் ராமன் ஒரு மூர்த்தி. இப்படியே தசரத ராமன், ஆரண்ய ராமன், சீதா ராமன், கோதண்ட ராமன், பட்டாபிராமன் என்று ராமனுடைய கோலங்களும், நிலைகளும் பலவாக இருக்கின்றன. சிற்பத்திலும் ஓவியத்திலும் வடித்துக் காணும் திருவுருவக் கோலங்களின் வகை இவை.

இவற்றையன்றிக் குணநலங்களை நினைக்கும் நுட்பக் கோலங்கள் பல. இவற்றைக் குறிக்கும் பெயர்கள் அனந்தம். வழிபாட்டு முறைகள், மந்திரங்கள், அர்ச்சனைகள்,

புராணங்கள், துதி நூல்கள் என்று ராமனைக் காட்டும் கருவிகள் பல. இப்படியே கண்ணனைப் பற்றியும் சொல்லலாம். பாகவதக் கதைகளை வைத்துப் பார்த்தால் கண்ணன் ஆயிரமாயிரம் வேறுபட்ட கோலங் கொண்டு விளங்குவது தெரியும்.

சிவபெருமானைப் பற்றிய எண்ணங்களின் விரிவு கரை காண முடியாதது. தமிழ்நாட்டில் அவை மிக மிக அதிகம். மகா புராணங்களில் காணப்பெறும் மூர்த்தங்கள் பல. அந்த அந்தத் தலங்களின் இறைவன் இயற்றிய திருவிளையாடல்களோடு தொடர்புடைய கோலங்கள் அளவிறந்தன. மதுரைத் திருவிளையாடல் அறுபத்து நான்கு. அவற்றோடு தொடர்புடைய கோலங்கள் அறுபத்து நான்குக்கும் மேற்பட்டவை. திருவாரூர்த் தியாகராச லீலை முந்நூற்றறுபது. ஒவ்வொரு லீலைக்கும் ஒரு கோலத்தை வைத்துக் கொண்டாலும் முந்நூற்றறுபது திருக்கோலங்களை நினைக்கலாம்.

முருகனுக்கும் புராணங்கள் கூறும் கோலங்கள் பல. தியான சுலோகங்களில் காட்டும் உருவங்கள் பல. அருணகிரியார் உள்ளக்கிழியில் உருவெழுதிக் கண்டவை கணக்குக்கு அடங்காதவை. அவருடைய உலகமே தனியானது. அது விரிந்து விரிந்து செல்கிறது. இப்போது கிடைக்கும் 1300 திருப்புகழைப் பார்த்தாலே அருணகிரியாரின் அன்பு விரிவையும் உள்ள விரிவையும் உணர்ந்து பிரமிக்கிறோம். அவர் இயற்றிய பதினாயிரம் திருப்புகழ்ப் பாடல்களும் கிடைத்திருந்தால்...?

தெய்வங்களின் திருவிளையாடற் சிறப்பையும் திருக்கோல அழகையும் தமிழர் உணர்ந்து நுகரும் அளவுக்கு மற்றவர்கள் நுகர இயலாதென்றே தோன்றுகிறது. கல்லிலும், சொல்லிலும் தெய்வங்கள் உருக் கொண்டிருப்பதைக் கொண்டே இதைத் தெரிந்து கொள்ளலாம்.

தமிழில் முருகனைப் பற்றிய செய்திகள் பழங்கால முதற் கொண்டே வழங்கி வருகின்றன. சங்க நூல்களில் திருமுரு காற்றுப்படையும் பரிபாடலும் அவனைப் பாராட்டுகின்றன. அவனுடைய திருக்கோயில்களைப் பற்றிச் சொல்கின்றன. அவனை மக்கள் வெவ்வேறு வகையில் வழிபடுவதையும் காட்டுகின்றன. பின்பும் பல பெரியோர்கள் முருகனைப் பாடினார்கள். ஆனால் அருணகிரிநாதரைப் போல விரிவாகப் பாடினவர்கள் வேறு யாரும் இல்லை. அவருடைய கற்பனையும் சந்த அமைப்பும் வியக்கத் தக்கவை.

அவர் இயற்றிய நூல்கள் எல்லாவற்றிலுமே சில பொதுப் பண்புகளைக் காணலாம். விரிந்த பாட்டாக உள்ள திருப்புகழிலும் கட்டளைக் கலித்துறையாக அமைந்த கந்தர் அலங்காரத்திலும் கலி விருத்தத்தாலாகிய கந்தர் அநுபூதியிலும் அருணகிரிநாதர் பாணி இருக்கும்.

முருகனுடைய திருவுருவ வருணனையை ஓரிடத்தில் அமைப்பார். அவன் திருநாமங்களைப் பிறிதோரிடத்தில் அடுக்குவார். அவன் குழவிப் பருவ விளையாடல்களைச் சொல்வார். வீரச் செயல்களை விரித்துரைப்பார். வள்ளியம்மைபால் காதல் பூண்ட கருணையைப் பாராட்டுவார். இவை கந்தவேளின் திருவிளையாடல்கள். தமக்கு அவனருளால் கிடைத்த இன்பத்தைச் சில இடங்களில் எடுத்துச் சொல்லி உருகுவார். தகுதியில்லாத தம்மையும் ஆண்டுகொண்ட கருணையை எண்ணி வியப்பார். அவன் திருவருளால் தமக்குக் கிடைத்த அநுபவத்தைச் சொல்ல முடியாமல் திணறுவார்.

தாம் தவறு செய்வது போலவும் குற்றம் மிக உடையவர் போலவும் கூறி இரங்குவார். தமக்கு அருள் செய்ய வேண்டுமென்று பணிந்து வேண்டுவார்.

உலகில் மக்கள் இறைவன் அருளைப் பெறாமல் வீணாகப் பிறந்திறந்து அல்லற்படுவதை எண்ணி வாடுவார். இறைவனைப் பணியுங்கள், பாடுங்கள் என்று பணிப்பார். அறம் செய்யுங்கள் என்று அறிவுரை கூறுவார். பாவச் செயல்களைச் செய்து வீணாகிறீர்களே; இவ்வாறு நடவுங்கள் என்று வழிகாட்டுவார்.

உயர்ந்த ஞானநெறியைச் சொல்வார். சரியை, கிரியை யோகங்ளையும் சொல்வார்.

முருகனைப் பாராட்டுவதோடு அவனிடம் உள்ள பொருள்களையும் போற்றுவார். அவற்றின் இயல்பை விரித்துரைப்பார். இத்தகைய முறைகளைக் கந்தர் அலங்காரத்திலும் காணலாம்.

கந்தர் அலங்காரத்தில் ஒரு கருத்தை அழகுபடச் சொல்வதற்குப் பலபல முறைகளை ஆளுகிறார் அருணகிரியார். அவர் அருட்புலவர். அருளநுபவமும் புலமையும் ஒருங்கே வாய்த்தவர். அருளநுபவத்தை உணர்ச்சி வசப்பட்டு, "நான் எவ்வாறு சொல்வேன்!" என்று வியப்புக்குறி போடும்போது காணலாம். புலமையை அவர் கருத்தை அமைக்கும் முறையிலிருந்து தெரிந்து கொள்ளலாம். உருவகம், உவமை, உயர்வு நவிற்சி முதலிய அலங்காரங்கள் கந்தர் அலங்காரத்தில் அழகாக அமைந்துள்ளன.

கந்த புராணத்தில் முருகனுடைய திருவவதாரம் முதல், வள்ளியம்மை திருமணம் வரையில் பல வரலாறுகள் இருக்கின்றன. அதிற் கண்ட வரலாறுகளோடன்றி முருகனைப் பற்றிய வரலாறுகள் வெவ்வேறாகப் பழங்கால முதல் வழங்கி வருகின்றன. இராமாயணம், பாரதம், வடமொழிக் கந்த புராணம், குமார சம்பவம் என்னும் வடநூல்களில் முருகனைப் பற்றிய வரலாறுகள் வருகின்றன. அவை யாவும்

ஒரே மாதிரி அமைந்தவை என்று சொல்ல இயலாது. பல வேறுபாடுகள் இருக்கும். ஒன்றில் காணப்பெறாத புதிய செய்திகள் வேறு ஒன்றில் இருக்கும். அப்படியே திருமுருகாற்றுப் படை, பரிபாடல் முதலிய பழந்தமிழ் நூல்களிலும் கந்த புராணத்தில் இல்லாத கதைகள் இருக்கும்.

அருணகிரிநாதர் வாக்கிலும் பல புதிய வரலாறுகளைக் காணலாம். முருகனையும் அவனைச் சார்ந்துள்ள பொருள்களையும் பற்றிய தத்துவங்களை அவர் பல இடங்களில் விளக்குகிறார். அவனுடைய ஆறுமுகக் கோலம் அநாதியானது என்றும் அவன் மயில் ஓங்கார உருவமுடையதென்றும் அவனைச் சிவபெருமான் வணங்கினார் என்றும் வள்ளியெம்பெருமாட்டியை வணங்கிப் பாதம் வருடினார் என்றும் அவர் கூறும் செய்திகள் புராணத்தில் காணப்படுவதில்லை. ஆனாலும் முருக்ன் அருளில் ஊறிய அவர் கூறுவன ஏற்றுக் கொள்வதற்கு உரியனவே. அப்படியெல்லாம் நடந்தனவா என்று கேட்பதற்கு நாம் யார்? "இல்லை, இல்லை; அப்படி நடக்கவில்லை" என்று சாட்சி கூறும் தகுதிதான் யாருக்கு இருக்கிறது? புலமை மிக்க கவிஞர்கள் தம்முடைய கற்பனையால் உலக நிகழ்ச்சிகளையே வேறு வகையாகக் காட்டும் உரிமை படைத்திருக்கிறார்கள். அவற்றைக் கவி ஸமயம் என்றும் புலவர் மரபு என்றும் கூறுவர். அவ்வாறே இறைவனிடம் முறுகிய பக்தி கொண்டு அவனுடைய திருவருளால் அநுபவ எல்லையிலே சஞ்சரிக்கும் பெரியார்களுக்குத் தம் உள்ளத்தில் விஞ்சியிருக்கும் உணர்ச்சியால் எழும் கற்பனைகளைச் சொல்ல உரிமை உண்டு. புலவர்களுடைய கற்பனைகளைப் பரிவும் கவியுணர்ச்சியும் கொண்டு பார்த்தால் அவற்றின் சுவையை உணரலாம். அருணகிரிநாதரைப் போன்ற அருட் புலவர்களின் வாக்குகளை நுகர்வதற்குப் பரிவு, கவியுணர்ச்சி என்ற இரண்டோடு பக்தியும் வேண்டும். அப்போதுதான் நன்றாக உணர்ந்து அநுபவிக்க முடியும்.

இந்தப் புத்தகத்தில் கந்தர் அலங்காரத்தில் உள்ள ஆறு பாட்டுக்களுக்குரிய விளக்கம் இருக்கிறது. முதல் மூன்று பாடல்களும் அருணகிரியார் தாம் பெற்ற அநுபவத்தை எண்ணி எண்ணி வியக்கும் நிலையிலே பாடியவை. இவை மூன்றிலும் அருணகிரியாரை அருட்கடலில் மூழ்கிக் களிக்கும் அநுபவியாகவே பார்க்கிறோம். "ஆனந்தத் தேனை, வெறும் பாழைத் தெளிய விளம்பியவா!" என்றும், "உபதேசித்தது ஒன்று உண்டு, கூறவற்றோ?" என்றும் "சும்மா இருக்கும் எல்லையுட் செல்ல எனை விட்டவா!" என்றும் அவர் சொல்லும்போது தாம் உண்ட இனிய விருந்தின் இனிமையைச் சொல்ல முடியாமல் ஏப்பம் விட்டுக் காட்டுபவரைப் போலத் தோற்றுகிறார். வியந்து நிற்பதும், சொல்ல இயலாதென்று சொல்வதும் அவருடைய உணர்ச்சிச் சிறப்பைப் புலப்படுத்துகின்றன.

"ஒளியில் விளைந்த உயர்ஞான பூதரத்து உச்சியின்மேல், அளியில் விளைந்ததோர் ஆனந்தத் தேனை" என்னும்போது புலமை நிலையில் நின்று உருவகம் செய்து காட்டுகிறார். உடனே, "அநாதியிலே வெளியில் விளைந்த வெறும் வெறுந்தனியை" என்னும்போது உபநிஷத எல்லையில் நின்று பேசுகிறார். "தெளிய விளம்பியவா!" என்னும்போது அநுபவத்தை நினைந்து வேசாறும் நிலையில் இருக்கிறார்.

"சொல்லுகைக் கில்லையென்று எல்லாம் இழந்து சும்மா இருக்கும் எல்லையுட் செல்ல எனை விட்டவா" என்று தொடங்கும் போதே வியப்புணர்ச்சியில் மூழ்கிவிடுகிறார். அடுத்தபடி வள்ளி நாயகியினிடம் இறைவன் காட்டிய காதலை நினைந்து, "இகல்வேலன், நல்ல கொல்லியைச் சேர்க்கின்ற சொல்லியைக் கல்வரைக் கொவ்வைச் செவ்வாய், வல்லியைப் புல்கின்ற மால்வரைத் தோள் அண்ணல் வல்லபமே!" என்று பாடுகிறார்.

மூன்றாவது பாட்டை வள்ளிநாயகியை முதலில் நினைத்து, "தேனென்று பாகென்று உவமிக் கொணா மொழித் தெய்வவள்ளி, கோன்'' என்று ஆரம்பிக்கிறார். பிறகு தமக்கு உபதேசித்ததைச் சொல்ல இயலாதே என்று வேசாறுகிறார். "எனக்கு உபதேசித்த தொன்று உண்டு, கூறவற்றோ?" என்கிறார். பிறகு சொல்ல முயல்வாரைப்போல முயன்று, முடியாதென்பதையே புலப்படுத்துகிறார்: "வாணன்று காலன்று தீயன்று நீரன்று மண்ணுமன்று, தானன்று, நானன்று, அசரீரியன்று சரியன்றே" என்று சொல்வதில் அக்கருத்தையே காண்கிறோம்.

பின் மூன்று பாட்டிலும் அருணகிரியார் புலமைத் திறனாலும் பக்தி உரிமையாலும் செய்யும் கற்பனை விரிகிறது. மயில் நடக்கும்பொழுது விளையும் விளைவுகளை ஒரு பாட்டிலும், சேவல் சிறகடிக்கும்பொழுது விளைவதை ஒரு பாட்டிலும், திருவரைக் கிங்கிணி ஓசையினால் விளைவதை ஒரு பாட்டிலும் கூறுகிறார். இந்தக் கற்பனைக் காட்சிகள் வேறு ஒருவர் கூறியன அன்று. அருணகிரியாரே மனக் கண்ணிலே உருவாக்கிக் கண்டு கூறுபவை. கந்தபுராணத்திலோ முருகன் வரலாற்றைக் கூறும் வேறு நூலிலோ இந்த நிகழ்ச்சிகள் உள்ளனவா என்று தேடிப் பார்த்துக் காண இயலாது.

கற்பனையானாலும் அவற்றினூடே ஒரு கருத்தும் இருக்கும். சமய நூல்களில் இப்படி ஒரு குறிப்பு இருப்பதைப் பழைய உரையாசிரியர்களின் உரைகளிலிருந்து தெரிந்து கொள்ளலாம். இந்த உள்ளுறையை இந்தச் சொற்பொழிவுகளில் ஓரளவுக்கு விரிக்க முயன்றிருக்கிறேன். இன்னும் சிறப்பான உள்ளுறை வேறு அறிஞர்களுக்குத் தோன்றலாம். இதுதான் வரையறையான உள்ளுறை என்று சொல்ல மாட்டேன். ஆயினும் இவை ஓரளவு பொருந்தும் என்றே எண்ணுகிறேன். கூர்ந்து உணர்ந்து பொருத்தத்தை ஆராயும்படி அன்பர்களை வேண்டுகிறேன்.

அலங்கார மாலையில் மூன்றாவது புத்தகம் இது. முன் இரண்டும் எப்படி உருவாயினவோ அதே முறையில்தான் இதுவும் உருவாயிற்று. சுருக்கெழுத்தால் உருவாக்கித் தரும் அன்பர் திரு.அனந்தன் மேலும் மேலும் தம் அன்பை வழங்கி உபசரிக்கிறார். தேனாம்பேட்டை ஸ்ரீ பாலசுப்பிரமணிய சுவாமி கோயில் அறக்காப்பாளர் மூவரும் தம் ஆர்வத்தை என்பால் வளர்த்து வருகின்றார்கள். இவர்களுடைய அன்பை எனக்குக் காணியாக்கித் தந்த முருகன் திருவருளை எண்ணி வாழ்த்துவதையன்றி வேறு என் செய்யவல்லேன்!

கி.வா. ஜகந்நாதன்

10.08.1956

ஆனந்தத் தேன்

அநுபவமும் வியப்பும்

முருகவேளின் வெற்றிப் பிரதாபத்தைப் பேய்களின் விளையாட்டு மூலமாக உணர்த்தினார் அருணகிரிநாதர். பழைய மரபைப் பின்பற்றி முருகன் போர்க்களத்திலே வென்று களவேள்வி செய்த செய்தியைச் சொன்னார். பிறகு, என்னுடைய மனமயக்கத்தைத் தீர்த்தருள வேண்டுமென்று வேண்டிக் கொண்டார். நம்முடைய பிரதிநிதியாக இருந்து நாம் செய்ய வேண்டிய விண்ணப்பத்தை அவர் செய்தார். ஆண்டவனுடைய திருவருளால் இன்ப அநுபவத்தைப் பெற்றவர் அவர். கந்தர் அலங்காரத்தில் முதல் பாட்டிலேயே, "பிரபஞ்சம் என்னும் சேற்றைக் கழிய வழி விட்டவா" என்று அந்த அநுபவத்தை எடுத்துச் சொன்னார். மேலும் பல பல பாட்டுக்களில் தம் அநுபவத்தைப் பேசுகின்றார். அப்படிச் சொல்கிற பாட்டு ஒன்றை இப்போது பார்க்கலாம்.

ஒளியில் விளைந்த உயர்ஞான பூதரத்
துச்சியின் மேல்

அளியில் விளைந்ததோர் ஆனந்தத் தேனை
அநாதியிலே

வெளியில் விளைந்த வெறும்பாழைப்பெற்ற வெறுந்தனியைத்

தெளிய விளம்பிய வாமுகம் ஆறுடைத்
தேசிகனே!

"முருகன் ஆறுமுக நாதனாகிய பரமகுரு. அவன் எனக்குச் செய்த உபதேசத்தின் பெருமையை என்ன என்று

சொல்வேன்!" என்று ஆச்சரியப்படுகிறார் அருணகிரியார். மிகவும் தாழ்ந்த நிலையில் உள்ள ஒருவன் உயர்ந்த நிலைக்கு ஏறிக் கீழே உற்று நோக்கினால் ஆச்சரியம் உண்டாகும். தரையில் இருந்தவன் மலை உச்சிக்குப் பறந்து போய்விட்டான் என்றால், அங்கிருந்து தரையை நோக்கும் போது பேராச்சரியம் உண்டாவது இயல்பு தான். அருணகிரியார் ஆச்சரியப்படுகின்ற பல பாடல்களைக் கந்தர் அலங்காரத்தில் பார்க்கலாம்.

முதல் பாட்டு அவர் வியப்பிலே மூழ்கிப் பாடியது. "பிரபஞ்சம் என்னும் சேற்றைக் கழிய வழிவிட்டவாறு என்னே!" என்பதில் வியப்பு இருக்கிறதல்லவா? இப்போது முகமாறுடைத் தேசிகன் விளம்பிய உபதேசத்தை நினைந்து வியப்படைகிறார்.

தேசிகன்

தேசிகன் என்பது குருவைக் குறிக்கும் சொல். இன்ப அநுபவத்தைப் பெறும்படி உபதேசம் செய்த தேசிகன் முருகன். உலகத்திலுள்ள மக்களுக்கு நல்ல குணம் படைத்த மக்கள் குருக்களாக இருக்கிறார்கள். அந்தப் பெரியார்களுக்கு உலகப் பற்றுகளை எல்லாம் ஒழித்துவிட்டு, இந்திரிய நிக்கிரகம் செய்த துறவிகள் குருக்கள். இந்தத் துறவிகளுக்குப் பழங்காலம் முதற் கொண்டே ஒரு குரு பரம்பரை இருந்து வருகிறது. அந்தப் பரம்பரையில் பழையவர்கள் சனகர் முதலிய நான்கு பேர்கள். இந்த நான்கு பேர்களுக்கும் குருநாதர் இன்னாரென்று யாவரும் அறிவர்; அவரே தட்சிணாமூர்த்தி.

ஒவ்வொரு கோயிலிலும் தெற்கு நோக்கி வீற்றிருக்கிற பெருமான் தட்சிணாமூர்த்தி. அவரைக் குருமூர்த்தி என்று சொல்வார்கள். குரு பரம்பரை அவரோடு நின்றுவிடவில்லை.

அவருக்கும் மேலே போகிறது. சிறந்த குருவாய் இருக்கிற தட்சிணாமூர்த்தியும் ஒரு சமயத்தில் மாணவராக இருந்தார். மற்றவர்களை நோக்க எல்லோருக்கும் பரம குருவாய் இருக்கின்ற தட்சிணாமூர்த்தி வேறு ஒருவனை நோக்க மாணவராக இருந்தார். அவன்தான் குமரகுருபரன். குருமூர்த்திகளுக்குள் உயர்ந்தவன் ஆதலாலே குருபரன் என்ற பெயர் பெற்றான். குமரன் ஆகையினாலே அவனைக் குமரகுருபரன் என்று வழங்குவார்கள்.

சிவபெருமானுக்குப் பிரணவப் பொருளை உபதேசம் செய்கின்றபோது முருகன் குருவாய் இருந்தான். சிவபெருமானுக்கே குருவாய் இருந்த நல்ல புகழ் உடையவன் என்றால், அவன் ஆத்துமாக்களுக்கு நல்லுபதேசம் செய்வான் என்று சொல்லவும் வேண்டுமா? தமக்கு அவன் உபதேசம் செய்ததனாலே தாம் அடைந்த இன்ப அநுபவங்கள் என்ன என்பதை இந்தப் பாட்டில் பேசுகின்றார். "ஆறுமுகமுடைய தேசிகன், குருநாதன் எனக்கு என்ன எல்லாம் காட்டினான் தெரியுமா?" என்று தாம் அடைந்த இன்ப அநுபவத்தைச் சொல்ல வருகிறார். முதலில் அந்த அநுபவத்தை இனிமையுடைய தேனாகச் சொல்கிறார்.

மலையின் தோற்றம்

ஒருவன் ஓர் ஊருக்குச் சென்றான். நட்ட நடு இரவில் பன்னிரண்டு மணி நேரத்தில் சென்றான். இன்ன வீதி, இன்ன வீடு, இன்ன பொருள் என்ற அடையாளங்களே தெரியவில்லை. ஒரே கும்மிருட்டாக இருந்தால் எப்படித் தெரியும்? இரவு கழியட்டும் என்று அவன் பேசாமல் ஓர் இடத்தில் படுத்துக் கொண்டுவிட்டான்.

காலை ஆறு மணி ஆயிற்று. கொஞ்சம் தெளிவு உண்டாயிற்று. ஒளிப்பிழம்பான சூரியன் தன் செங்கதிர்களைப் பரப்பிக்

கொண்டு கீழ்த் திசையிலே தோன்றினான். அப்பொழுது பார்த்தால் எதிரே உள்ள பொருள்கள் எல்லாம் தெரிந்தன. தான் தங்கியிருக்கும் இடம் தெரிந்தது; வீடு தெரிந்தது; மக்கள் எல்லாம் தெரிந்தார்கள். அவ்வளவு மாத்திரமா? அந்த ஊருக்கு மிக அருகிலேயே உள்ள ஒரு பெரிய மலை தோன்றியது. இரவில் அந்தப் பெரிய மலை தோன்றவில்லை. அந்த ஊரிலிருந்த குளம் குட்டைகளும் தோன்றவில்லை. ஒரே இருட்டாக இருந்ததுதான் காரணம். அந்த இருட்டு அவனுக்கு மிக உயர்ந்த மலையையும் காட்டவில்லை; மிகப் பள்ளமான குளத்தையும் காட்டவில்லை.

ஆனால் காலையில் சூரியன் ஒளி பரவிய மாத்திரத்திலே பொருள்கள் யாவும் இயற்கை உருவத்தோடு, நிறத்தோடு தோன்றின. பச்சைப் பசேல் என்று உள்ள வயற்காட்டைப் பார்த்தான். சோலைகளிலே பல வண்ணங்களோடு மலர்ந்திருக்கின்ற மலர்களைப் பார்த்தான். பள்ளமான குளங்களைப் பார்த்தான். மிக உயர்ந்திருக்கிற மலையையும் பார்த்தான். இரவு தான் படுத்து உறங்கிய இடத்தைப் பார்த்தான். "அடடா, மிக அழுக்கான இடத்திலே, ஒரு குட்டிச்சுவருக்கு அருகில் அல்லவா நாம் படுத்து உறங்கியிருக்கிறோம்?" என்றும் உணர்ந்தான். ஆடையெல்லாம் ஒரே புழுதி படிந்திருப்பதையும் கண்டு வெட்கப்பட்டான். நாம் படுத்திருந்த இடத்திற்கு மிக்க அண்மையில் இருந்த மலை நம் கண்ணில் படவில்லையே! எனப் பெரிதும் வியப்பு எய்தினான். இருட்டு அவன் கண்ணில் எந்தப் பொருளும் படாதபடி செய்துவிட்டது. எல்லாப் பொருளும் ஒரே கறுப்பாகத் தான் அவனுக்குத் தோன்றியது. சிறிய பொருளாக இருந்தாலும் சரி, பெரிய பொருளாக இருந்தாலும் சரி அதனை மறைப்பது இருட்டு.

ஒளி வந்தபின் அவன் மலையைப் பார்க்கிறான்; மடுவைப் பார்க்கிறான்; எழில் மிக்க மலரைப் பார்க்கிறான். 'அடடா!

இவை யாவும் நம் கண்ணில் படாதவாறு இருந்தது என்னே!' என்று வியப்பு எய்துகிறான்.

மேல் நாட்டில் ஆர்க்கிமிடீஸ் என்ற விஞ்ஞானி ஒரு புதிய பொருளைக் கண்டுபிடித்தபோது, கத்திக் கொண்டு குதித்தானாம். ஒரு புதிய பொருளைக் கண்டுபிடித்தால் வியப்பு உண்டாகும். இந்த மனிதனும் வியப்பில் மூழ்கினான். அவன் கண்டுபிடித்தது சாமானியமான பொருளா? மிக உயர்ந்து நிற்கும் மலை. அந்த இடத்தில் திடீரென்று மலை முளைத்ததா? இல்லை. முன்பே இருந்த அந்தப் பெரிய மலையை, இருட்டுச் சூழ்ந்து கொண்டிருந்ததால், அவன் பார்க்கவில்லை. ஒளி தோன்றியவுடனேயே அந்த மலை அவன் அதிசயிக்கும்படியாக அவன் கண்ணில் தோன்றியது. புதியதாக அங்கே வந்து நின்றது போல இருந்தது அவனுக்கு. உடனே அதன் மேலே ஏற வேண்டு மென்று விரும்பினான். இருட்டிலே நேராக இருக்கின்ற பாதைகூடத் தெரியாது; சிறிய ஒளியின் துணை இருந்தால் நேரான பாதை தெரியும். ஆனால் கரடு முரடாக இருக்கிற ஒற்றை அடிப்பாதை தெரியாது. நல்ல ஒளி இருந்தால் என்ன கவலை? நேராக இல்லாத பாதையாக இருந்தாலும், காலை தூக்கி வைத்து ஏறுகின்ற செங்குத்துப் பாதையாக இருந்தாலும் நன்றாகத் தெரியும். ஆகவே, அவன் நல்ல ஒளியின் உதவியைக் கொண்டு மலை மேலே மெல்ல மெல்ல ஏறிப் போனான். மலை ஏற ஏற அவன் இருக்குமிடம் பூமி மட்டத்திலிருந்து உயர்ந்து கொண்டே போயிற்று.

பார்வை விரிதல்

நிலத்தில் இருக்கும்பொழுது குறுகிய இடமே அவன் கண்ணில் பட்டது. வீட்டுக்குள் இருந்தால் அந்த வீட்டுக்குள் இருக்கும் பொருள்கள் மட்டுமே தோன்றும்; வீதி தெரியாது; வீதியில் போகின்றவர்கள் யார் என்று தெரியாது. ஆனால் வீதிக்கு வந்தால் அந்த வீதியில் இருக்கிற பொருள்கள் எல்லாம் தோன்றும்; பக்கத்து வீதியில் உள்ள பொருள்

ஒன்றும் தெரியாது. மலையின் மேல் ஏறிப் பார்த்தால் அந்த ஊர் முழுவதையும் பார்க்க முடியும். பத்தடி உயரம் ஏறிவிட்டால் அதற்கு ஏற்றபடி முன்பிலும் விரிவான பகுதி அவன் கண்ணில் படும். ஐம்பதடி ஏறினால் பின்னும் விரிவான நிலப்பரப்பைப் பார்க்கலாம். உயர செல்லச் செல்ல அவன் பார்வை விரியும்.

பார்வை விரிவதாவது என்ன? அவன் கண்ணில் படுகிற பொருள்கள் விரிந்தன. குறுகிய எல்லைக்குள் சில பொருள்களைப் பார்த்த அவன் கண்கள் மிக விரிந்த எல்லைக்குள் பல பொருள்களைப் பார்த்தன. அவன் கண்கள் விரியவில்லை. பார்வைப் பொருள்கள் விரிந்தன. அதாவது, அவன் உயரத்தில் ஏற ஏறப் பார்வையை முட்டுகின்ற தடைகள் கீழே போய் விட்டன. வீட்டுக்குள் இருந்தபோது அவன் பார்வை குறுகி இருந்ததற்குக் காரணம் கண் குறுகியதாக இருந்தது அன்று. பார்வை விரிந்து போகாதபடி சுற்றியுள்ள தடைகள் தடுத்தன; வீதிக்குப் போகமுடியாதபடி சுவர்கள் தடுத்தன. வீதிக்கு வந்த பிறகு அடுத்த விதிக்குப் போக முடியாதபடி பெரிய பெரிய மாளிகைகள் தடுத்தன. வெளியே வந்த பிறகு கண்ணுக்கு எட்டிய தூரம் பார்க்க முடியாதபடி தோப்புத் துரவுகள் தடுத்தன. அவன் மலையின் மேலே போகப் போகத் தடைகளுக்கு மேல் சென்றான். முயற்சியினாலே அவன் உயரப் போனான். அது மாத்திரம் அல்ல. உயரப் போகப் போக பல தடைகள் தாழ்ந்து போயின. அவன் பார்வை விரிந்து போக முடியாதபடி தடுத்து நின்ற பொருள்கள் கீழே போகப் போகக் கண்டறியாதன கண்டேன் என்று குதித்தான். அந்தப் பொருள்கள் எல்லாம் புதியனவாக அங்கே வரவில்லை. அவன் வசிக்கின்ற இந்த உலகத்தில் முன்பே பார்க்க முடியாதபடி இருந்தன; அவ்வளவுதான்.

அமெரிக்காவுக்குப் போய் அங்கே உள்ள பொருள்களை ஒருவன் பார்க்கிறான். அங்கே போகாதபோது அந்தப் பொருள் தெரிவது இல்லை. அமெரிக்காவில் உள்ள பொருள்

தெரியாமல் இருப்பது ஆச்சரியம் அன்று. நாம் வாழும் இந்தியாவிலேயே நாம் பாராத பொருள்கள் எத்தனையோ உண்டு. நம் ஊரிலே அடுத்த வீதியில் ஒரு முருகன் கோயில் இருக்கிறது; அங்கே முருகனுக்கு அலங்காரம் பண்ணியிருக்கிறார்கள் என்று தெரிந்தாலும் அதனைப் போய் நாம் பார்க்கிறது இல்லை. பார்க்க முடியாதபடி நமது பார்வையைத் தடுக்கின்ற தடை ஒன்று இருக்கிறது. வீட்டுக்குள் இருப்பவனுக்கு வீதியில் இருக்கிற பொருள் தெரியாதபடி தடுக்கின்றது சுவர். அதைப்போல மனத்திலே இருக்கிற மாயையாகிய சுவர் வெளியில் உள்ள பொருள்களைத் தெரிந்து கொள்வதற்குப் பெருந்தடையாக இருக்கின்றது.

குணம் என்னும் குன்று

மலைமேல் ஏற ஏற அவன் பார்வைக்கு தடையாக இருந்தவை கீழே போகின்றமையால் அவன் மிக விரிந்த வெளியில் உள்ள பொருள்களை எல்லாம் பார்க்கிறான். அதைப் போல நம் மனம் இன்றைக்கு இருக்கும் தாழ்ந்த நிலையிலிருந்து உயர வேண்டும். மனத்திலே நல்ல குணங்கள் அமைந்து உயர வேண்டும்.

“குணமென்னுங் குன்றேறி நின்றார்”

என்கிறார் வள்ளுவர். நல்ல குணம் என்னும் மலையின் மீது மனம் ஏற ஏற அதன் பார்வை விரிகிறது. தடையாக இருக்கின்ற பொருள்கள் எல்லாம் கீழே போகின்றன. அவை நமது பார்வையைத் தடுப்பதில்லை. குணம் என்னும் குன்றேறிப் பார்த்தால் நில உலகம் எல்லாம் நல்லதாகத் தெரியும்.

ஒரு சமயம் தருமபுத்திரனைப் பார்த்து, "இந்த உலகத்தில் யாராவது கெட்டவன் இருக்கிறானா, பார்த்து வா" என்று கண்ணன் கேட்டானாம். அதைப் போலவே துரியோதனனைப் பார்த்து, "இந்த உலகத்தில் யாராவது நல்லவன் இருக்கிறானா, பார்த்து வருக" என்று பணித்தானாம். துரியோதனன் எங்கெங்கோ போய்ப் பார்த்தான். அவனுக்கு ஒரு நல்லவன் கூடக் கிடைக்கவில்லை. கடைசியில் அவன், "இந்த உலகத்திலுள்ளவர்கள் எல்லோரும் போக்கிரிகள், நல்லவன் ஒருவன்கூட இல்லை" என்று சொல்லிக் கொண்டு வந்துவிட்டான். ஆனால் தருமபுத்திரனுக்கோ பார்க்கிறவர் எல்லோரும் நல்லவர்களாகவே தோன்றினார்கள். ஒருவன் திருடியதைப் பார்த்தான். "அவன் வறுமை யினால்தானே திருடினான்? வயிற்றுக்கு உணவு கிடைத்திருந்தால் அவன் திருடி இருப்பானா?" என்று எண்ணினான். அவன் குணம் என்னும் குன்றேறி நின்றவன் அல்லவா? அந்தத் திருடன் புரிகின்ற செயலுக்கு அப்பாலே அதற்கு மூல காரணம் இன்னதென்று உணர்ந்தான். ஆகவே, உலகத்திலே இயல்பாகக் கெட்டவர்கள் என்று யாரும் இல்லை என்பதாக உணர்ந்தான்.

"குறுகிய மனப்பான்மை கூடாது. விரிந்த மனோபாவம் வேண்டும்" என்று அரசியல்வாதிகள் சொல்கிறார்கள். எங்கே ஏறினால் விரிந்த மனோபாவம் வரும்? மேடையில் ஏறினால் வராது. குணம் என்னும் குன்றேறி நிற்பவர்களே விரிந்த மனோபாவம் உடையவர்கள்.

மலைத் தேன்

மேலே ஏற ஏறக் கண்ணில் படுகின்ற காட்சிப் பொருள் விரிந்து போகும். "அடடா இவ்வளவு நாளாக இந்தப் பொருள்கள் நம் கண்ணில் படாதது என்னே!" என்று வியப்புணர்ச்சி மேலிடும்.

முன்னே சொன்ன மனிதன் மலை உச்சிக்குப் போய்விட்டான். உச்சியிலே போய்ப் பார்த்தால் அங்கே சந்தன மரங்கள் உயர்ந்து வளர்ந்திருந்தன. சந்தன மரமே உயரமானது. அதுவும் மலை உச்சியின் மேலே வளர்ந்து மிக உயர்ந்து ஓங்கி நிற்கிறது. அந்த மரத்தின் உச்சிக் கொம்பிலே யாரும் தொடாததேன் அடை இருந்தது. மனிதர்கள் வாழ்கிற இடத்திலே இருந்திருந்தால் ஒரு நாள்கூட விட்டு வைத்திருக்க மாட்டார்கள். நெருப்பைப் போட்டுக் கொளுத்தி, வண்டுகளைக் கொலை செய்து தேனை எடுத்துக் குடித்திருப்பார்கள். இங்கோ மனிதன் கண் படாத மலை உச்சியின் மேலேயுள்ள சந்தன மரத்தின் கொம்பில் அந்தத் தேன் அடை இருந்தது; அந்தத் தேன் எப்படி இருக்கும்?

"தாமரைத் தண்தாது ஊதி மீமிசைச்
சாந்தில் தொடுத்த தீந்தேன் போல"

என்று நற்றிணையில் ஒரு பாட்டு வருகின்றது. ஒரு நாயகி உயர் குணங்கள் நிரம்பப் பெற்ற தன்னுடைய நாயகனுடைய அன்புக்கு உவமையாக அதனைச் சொல்கிறாள். "என் நாயகன் அன்பு மிக உயர்ந்தது. உயர்ந்தது மாத்திரம் அன்று; இனியது. இனியது மாத்திரம் அன்று, தூயது, கிடைத்தற்கு அரியது" என்று சொல்ல வருகிறாள். இவை எல்லாவற்றையும் அந்த உவமையைச் சொல்வதன் வாயிலாகப் புலப்படுத்துகிறாள்.

கீழேயுள்ள தண்ணிய பொய்கையில் தாமரை மலர் மலர்ந்திருக்கிறது. வண்டுகள் அதிலேயுள்ள தேனை எடுத்துச் சென்று மலை உச்சியின் மேலுள்ள சந்தன மரத்தின் கொம்பில் வைக்கின்றன. அது தாமரைத் தேன், தாமரையிலே அது இருக்குமானால், குளத்தில் இறங்கிக் குளிக்கிற எருமை மாடுகள் அந்த மலர், அதன் தேன் எல்லாவற்றையும் வீணாக அடித்திருக்கும். ஆனால் அந்த இனிமையான தேனை வண்டுகள் எடுத்துப் போய்விட்டன. எளிதில் பிறருக்குக் கிடைப்பதற்கரிய மலையின் உச்சிக்கு எடுத்துப் போய்

உயர்ந்து வளர்ந்திருக்கும் சந்தன மரத்தில் கட்டிய அடையில் வைத்திருக்கின்றன. அந்தத் தேனைப் போல இனிய, உயர்ந்த, அரிய அன்பு என்னுடைய நாயகன் அன்பு" என்று அந்தத் தலைவி பேசுகின்றாள். மலையின் உச்சியில் உள்ள சந்தன மரத்தேன் மிகச் சிறந்தது என்பதை அந்தப் பாட்டினால் அறியலாம்.

ஆனந்தத் தேன்

பூமியில் இருப்பவர்களுக்கு, மிகவும் தாழ்ந்த நிலையிலேயே இருப்பவர்களுக்கு, அந்தத் தேன் இருப்பது எப்படித் தெரியும்? மலையில் ஏறி உச்சிக்குப் போனால் தெரியும் முதலில் மெல்ல மெல்ல ஏறினால் இதுவரையிலும் பார்க்க முடியாதிருந்த பொருள்கள் கொஞ்சம் கொஞ்சமாகத் தோன்றும். பார்வைக்குத் தடையாக இருந்த பொருள்கள் கீழே போய்விடும். மலையின் உச்சியை அடைந்துவிட்டால் அங்கே வளர்ந்திருக்கும் சந்தன மரம் தெரியும். அதன் கிளையிலே கட்டியுள்ள தேன் அடை தெரியும். அந்தத் தேனைச் சாப்பிட்டால் எப்படி இருக்கும்!

அத்தகைய சுவையான அரிய தேன் தமக்குக் கிடைத்ததாக அருணகிரியார் சொல்கின்றார். அதை ஆனந்தத் தேன் என்கிறார். அவருக்கு அந்தத் தேன் எப்படிக் கிடைத்தது? "முகம் ஆறுடைத் தேசிகன் அதை நுகர எனக்கு வழிகாட்டினான். அவன் முதலில் காட்டிய அருள் ஒளியினால் என்னைச் சுற்றி நின்ற இருள் அகன்றுவிட்டது. எங்கே பார்த்தாலும் ஒளி பரவியது. இதுவரையிலும் என்னைச் சுற்றியுள்ள பொருள்கள் இன்னவென்று தெரிந்து கொள்ளாமல் இருந்தவன் யாவையும் தெரிந்து கொண்டேன். அவற்றுக்கு அருகிலேயே இருந்தது ஒரு மலை. அந்த ஞான மலையின் உச்சியின்மேலே இருந்த தேனை நான் கண்டு சுவைத்து இன்புறும்படியாக அவன் உபதேசித்தான். அவன் அப்படி உபதேசித்தவாறு என்னே!" என்று பேசுகிறார்.

ஒளியில் விளைந்த உயர்ஞான பூதரத்து உச்சியின்மேல்
அளியில் விளைந்ததோர் ஆனந்தத் தேனை
… … … … … …
தெளிய விளம்பிய வாமுகம் ஆறுடைத் தேசிகனே!

'முகம் ஆறுடைத் தேசிகன் நான் தெளியுமாறு உபதேசித்தது என்ன ஆச்சரியம்!' என்கிறார். எதை உபதேசித்தான்? ஆனந்தத் தேனை நான் நுகரும்படியாக உபதேசித்தான். அந்தத் தேன் எப்படிப்பட்டது?

ஒளியில் விளைந்த உயர்ஞான பூதரத்து உச்சியின்மேல்
அளியில் விளைந்தது

ஒளியில் - தன் அருள் ஒளியினால், விளைந்த-உயர்ந்து ஓங்கி வளர்ந்திருந்த, உயர் ஞான பூதரத்து உச்சியின்மேல் - உயர்ந்த ஞானமாகிய மலையின் உச்சியின் மேலே, அளியில்- அன்பிலே, விளைந்தது-பழுத்து முதிர்ந்தது. எது? ஆனந்தத் தேன்; ஆனந்த அநுபவமாகிய தேன்.

இந்த இருண்ட உலகத்திலே சூரியன் ஒளி பட்ட மாத்திரத்தில் ஊர் தெரிந்தது, ஊரிலுள்ள வீடு வாசல்கள் எல்லாம் தெரிந்தன. அந்த ஊருக்கு அருகிலுள்ள மலை தெரிந்தது. அந்த மலையின் மேலே ஏறிப் போனேன். மலை உச்சியிலே மரத்தின் மேல் தேன் இருந்தது. மலைத் தேன் உயர்ந்தது அல்லவா? அந்தத் தேன் சூரியன் ஒளியாலே கிடைத்தது என்று ஒருவன் சொல்வது போல உருவகப் படுத்தி அவர் பேசுகிறார்.

தேன் என்பது எதைக் குறிக்கிறது? இன்ப அநுபவங்களைக் கூற இயலாது. சிற்றின்பமாக இருப்பினும் பேரின்பமாக இருப்பினும் வார்த்தைக்குள் அடங்காது. சர்க்கரை இனிக்கும்

என்று சொல்கிறோம். "எப்படி இனிக்கும்?" என்று கேட்டால் வேறு பொருள் எதையாவது சுட்டிக் காட்டித்தான் விளக்க முடியுமே அன்றி வார்த்தை அளவைக் கொண்டு விளக்க முடியாது; அல்லது சர்க்கரையை வாயில் போட்டுத்தான் அந்த இனிப்பு அநுபவத்தை உணர்த்த வேண்டும். இறைவனுடைய அருளால் கிடைக்கும் அருளநுபவங்களும் அத்தகையனவே. தாய்க்கும் மகளுக்கும் நெருங்கிய அன்பு உண்டு. தாய் எத்தகைய பரம இரகசியங்களையும் தன் மகளிடம் சொல்வாள். ஆயினும் மணாளனோடு ஆடிய இன்பத்தைச் சொல் என்று மகள் கேட்டால் அதனை அவள் எப்படிச் சொல்வாள்? சொல்ல வேண்டுமென்ற ஆசை இருந்தாலும் சொல்ல முடியாது.

"மகட்குத் தாய்தன் மணாளனோ டாடிய -
சுகத்தைச் சொல்எனிற் சொல்லுமாறு எங்ஙனே?"

(திருமூலர்)

குறிப்பாகச் சொல்லுதல்

இந்திரியங்களுக்கு உட்பட்டு நாம் அநுபவிக்கிற சிற்றின்பமே எடுத்துச் சொல்வதற்கு அரியதாக இருக்கிறதென்றால், இந்திரியங்களுக்கு அப்பாற்பட்ட நிலையில் கிடைக்கும் பேரின்பத்தை எப்படிச் சொல்லில் அடக்கிச் சொல்ல முடியும்? ஆனாலும் அதை உபமான வாயிலாகப் பெரியோர்கள் சொல்வார்கள். தமக்குத் தெரிந்த ஒன்றைப் பிறருக்கும் சொல்ல வேண்டுமென்ற கருணையுடையவர்கள் அவர்கள். சொல்லக் கூடியவற்றையே, இரகசியமான பாஷையில் (Code) அரசியல் துறையில் சொல்லுகிறார்கள். அந்த இரகசிய பாஷை தெரிந்தவர்களுக்கு மட்டுமே அது தெரிய வேண்டும், பிறருக்குத் தெரியக் கூடாது என்பதுதான் காரணம். அதைப்போலவே சமயத் துறையிலும் பல சித்தர்கள் தாங்கள் அடைந்த இன்பப் பேற்றை, சொல்ல முடியாத இன்ப

அநுபவங்களை, குறிப்பாகப் பல பாடல்களில் குறிப்பித்தார்கள். அந்தப் பாடல்களை நாம் எவ்வளவு முறை படித்தாலும் ஒன்றும் புரியாது. மிகவும் வேடிக்கையாக இருக்கும். சில சமயங்களில் அர்த்தமற்ற பாட்டாகக்கூட இருக்கும். சொல்லக்கூடாது என்பதற்காகச் சொல்வது அன்று இது, சொல்ல முடியாமையால் இப்படிச் சொல்கிறார்கள். பல சித்திரங்களைப் பார்க்கிறோம். ஒரு பெண் ஒரு பாத்திரத்தைக் கீழே போட்டு விட்டாள். கீழே விழுந்த பாத்திரம் 'டங்' கென்று ஒசையை எழுப்பிற்று என்று வைத்துக் கொள்வோம். பெண்மணியையும், கீழே விழுந்த பாத்திரத்தையும் ஓவியக்காரர் படம் போட்டுவிடுகிறார். 'டங்' என்ற ஓசையைப் படத்தில் காட்ட அவர் என்ன செய்கிறார்? அந்தப் பாத்திரத்தைச் சுற்றி சிறு சிறு கோடுகளைப் போடுகிறார். அந்தக் கோடுகள் பாத்திரம் கீழே விழுந்தபோது ஏற்பட்ட ஓசையைக் குறிப்பிக்கின்றன. ரோடுகளில் சில இடங்களில் ஒரு பையன் ஓடுவதைப் போன்ற படம் ஒன்றை எழுதி வைத்திருப்பார்கள். அதைப் பார்த்தால் நமக்கு ஒன்றும் விளங்காமல் இருக்கலாம். ஆனால் மோட்டார் ஓட்டிகளுக்கு, "இங்கே பள்ளிக்கூடம் இருக்கிறது. பையன்கள் நடமாடுவார்கள். காரை மெதுவாக ஓட்டு" என்ற பொருளை அது உணர்த்துகின்றது. அதை ஏன் படம் போட்டு அப்படிக் குறிப்பிக்க வேண்டுமென்றால், "இங்கே பள்ளிக்கூடம் இருக்கிறது. காரை ஜாக்கிரதையாகப் பார்த்து ஓட்ட வேண்டும்" என்று நீளமாக எழுதி வைத்திருந்தால் வேகமாகப் போகிறவர்கள் அதனை நின்று படித்துப் பார்த்துவிட்டு, அதற்குத் தக்கபடி ஓட்ட முடியுமா? கண்ணில்பட்ட மாத்திரத்திலேயே, அதனைப் பார்க்கிறவனுக்கு அதன் குறிப்புப் பொருள் தோன்ற வேண்டும் என்பதற்காகவே அப்படிச் செய்கிறார்கள். இது உலக வழக்கம்.

குறிப்பாக விளக்கும் முறையினால், விளக்க முடியாதவற்றையும் பெரியவர்கள் புலப்படுத்துவார்கள். சித்தர்கள் அப்படி விளக்குவதை இங்கே ஓர் உதாரணத்தால் பார்க்கலாம்.

சித்தர் பாட்டு

"மாங்காய்ப்பால் உண்டு மலைமேல் இருப்பார்க்குத்

தேங்காய்ப்பால் ஏதுக்கடி? - குதம்பாய்!

தேங்காய்ப்பால் ஏதுக்கடி?"

என்று சித்தர் ஒருவர் பாடுகிறார். குதம்பைச் சித்தர் பாடல் இது. இதனை வெளிப்படையாகப் பார்த்தால் வேடிக்கையாக இருக்கும். இன்ப அநுபவத்தைப் பெறுகிறவர்களில் இரண்டு வகையினர் இருக்கிறார்கள். சிலர் தம்மளவில் இன்ப அநுபவத்தைப் பெற்று, அதனைப் பிறருக்குச் சொல்லாமல் போய்விடுவார்கள். சிலர் தாம் பெறுவதோடுகூடப் பிறருக்கும் உணர்த்த எண்ணி, அது சொல்ல முடியாததாதலால் குறிப்பாக உணர்த்திப் போவார்கள். அப்படிப்பட்ட மெய்ஞ்ஞானிகளே சித்தர்கள்.

"மாங்காய்ப்பா லுண்டு மலைமேல் இருப்பார்க்குத்

தேங்காய்ப்பால் ஏதுக்கடி? – குதம்பாய்!"

என்ற பாட்டைப் பார்த்தால் என்ன விளங்குகிறது? மாங்காய்ப் பால் என்றால் என்ன? மலைமேல் அதை உண்ணுவது என்பது என்ன? பச்சை மாங்காயைக் கிளையில் இருந்து ஒடிக்கும்போது பால் சொட்டும். அதற்குத்தான் பால் என்று பெயரேயன்றி மாங்காய்க்குள் இருக்கும் சாற்றைப் பால் என்று சொல்ல மாட்டார்கள். மாங்காயின் காம்பிலிருந்து வருகின்ற பால் எப்படிப்பட்டது என்பது நமக்குத் தெரியும். குழந்தைகள் அதனைக் கடிக்கும் போது தப்பித் தவறி அந்தப் பால் உதட்டிலே பட்டுவிட்டாலே புண் உண்டாகிவிடும். மேலே பட்டால் புண்ணாகும். அந்தப் பாலையே உண்பவன் எத்தகையவனாக இருக்க வேண்டும்? அந்த ஆசாமி நெருப்பைச் சாப்பிடுகிறவனாகத்தான் இருக்க வேண்டும்.

அந்தப் பாலை அவன் உண்டு மலை மேலே இருக்கிறான்; அமைதியாக இருக்கிறான். அவன் பெரிய பேர்வழி அல்லவா?

இதன் பொருள் என்ன? பிறருக்குத் துன்பத்தைத் தருகின்ற ஒன்று அவனுக்குத் துன்பம் தரவில்லை. எல்லோருக்கும் துன்பத்தைத் தருகின்றவை பொறிகள். அவை இந்த உடம்பில் இருந்தாலும் அவை அவனுக்குத் துன்பத்தைக் கொடுப்பதில்லை. நாம் நம்முடைய ஐந்து பொறிகளுக்குள் அடங்கிச் செயல்புரிந்து துன்பத்தை அடைகின்றோம். அவனோ ஐந்து பொறிகளையும் அடக்கினவன். ஐந்து பொறிகளும் அவனுக்கு அடங்கிச் செயல்புரிகின்றன.

நமக்கு ஐந்து பொறிகளும் மாங்காய்ப் பாலைப் போலப் புண் தருகின்றன. வாயிலே புண் ஏற்பட்டால், புண்ணை ஆற்றுவதற்குத் தேங்காய்ப்பால் சாப்பிட வேண்டும். ஐந்து இந்திரியங்களினாலே ஏற்படுகின்ற புண்ணை ஆற்றுவதற்குத் தினப்படி பூசை முதலிய நித்திய கர்மானுஷ்டானங்களைச் செய்ய வேண்டி யிருக்கிறது. ஆனால் இந்திரியங்களை நிக்கிரகம் செய்தவர்கள், இந்திரியங்களைத் தங்களுக்கு அடங்கினவையாகச் செய்தவர்கள், அவற்றால் துன்பத்தை அடையாதவர்கள், அவற்றை எதற்குச் செய்ய வேண்டும்? புழுக்கமான இடத்திலே இருப்பவன் கையிலே விசிறி வைத்திருப்பான். நன்றாகக் காற்று வீசுகிற கடற்கரையில் உட்கார்ந்திருப்பவன் கையில் விசிறி எதற்காக வைத்திருக்க வேண்டும்? "பொறிகளின் குறும்புகளை அடக்கி உயர்ந்த நிலையில் இருப்பவர்களுக்குச் சாதனங்கள், கருவிகள் எதற்கு?" என்ற கருத்தையே,

"மாங்காய்ப்பால் உண்டு மலைமேல் இருப்பார்க்குத்

தேங்காய்ப்பால் ஏதுக்கடி? - குதம்பாய்!

தேங்காய்ப்பால் ஏதுக்கடி?"

என்று சித்தர் மொழியில் சொன்னார் குதம்பைச் சித்தர்.

உள் உருக்கும் தேன்

அருணகிரிநாதரும் தாம் பெற்ற இன்பத்தை ஆனந்தத் தேன் என்று உருவகமாகச் சொல்கிறார். சுகத்திற்கும், துக்கத்திற்கும் அப்பாற்பட்ட இன்பமே ஆனந்தம். அதனைத் தேன் என்று சொன்னார்; அப்படிச் சொன்னால்தான் நமக்கு விளங்கும். அந்தத் தேனைப் பற்றிப் பலர் சொல்லியிருக்கிறார்கள்.

"தினைத்தனை உள்ளதோர் பூவினில்தேன் உண்ணாதே
நினைத்தொறும் காண்தொறும் பேசுந்தொறும் எப்போதும்
னைத்தெலும்பு உண்ணெக ஆனந்தத் தேன் சொரியும்
குனிப்புடை யானுக்கே சென்றுதாய் கோத்தும்பீ"

என்று மாணிக்க வாசகர் பாடுகிறார்.

தேனை உண்ணுவது வண்டு. இரண்டு விதமான தேன் உண்டு. நுனி நாக்கில் மட்டும் இனிக்கும் தேன் ஒன்று; உள்ளத்திலும், உயிரிலும் இனிக்கும் தேன் ஒன்று. நுனி நாக்குக்கு மாத்திரம் இனிக்கும் தேனைச் சுவைத்துப் போகிறது வண்டு. மாணிக்கவாசகர் சொல்கின்ற தேனோ நாக்கை மாத்திரம் இனிக்க வைக்கவில்லை. இது ஆனந்தத் தேன். உடம்பில் மிக மிக மென்மையானது நாக்கு. சாதாரணத் தேன் இந்த நாக்கை இனிக்க வைக்கிறது. அவர் சொல்கிற ஆனந்தத் தேன் உடம்புக்குள் மிக மிக வலிதான எலும்பையும் உள்ளே நெகிழும்படி செய்து இனிக்கிறதாம். அதைச் சொரியும் நடனத்தையுடையவனாம் இறைவன். நடராசன் எப்போதும் சுற்றிச் சுழன்று ஆடிக் கொண்டே இருக்கிறான். அதனால் அவன் பாத தாமரை எப்போதும் அசைந்தபடியே இருக்கிறது. அதிலிருந்து அனந்தத் தேன் நாலு பக்கமும் சிதறித்

துளிக்கிறது. அவன் எப்போதும் தூக்கிய பாதம் உடையவன். அதை குஞ்சித பாதம் என்று சொல்வார்கள். அந்தக் குஞ்சித பாத தாமரையிலிருந்து தெறிப்பது அந்தத் தேன். அதைச் சுவைக்கின்ற ஆன்மாக்களின் உடம்பிலுள்ள மிக வலியதான எலும்புங்கூட நெகிழ்ந்து இன்மையை உணரும் என்று சொல்கிறார். மனத்தையே வண்டாக வைத்துப் பாடிய பாட்டு இது.

இந்த ஆனந்தத் தேனையே அருணகிரியார் சொல்கிறார். "இறைவன் அருளினாலே அந்தத் தேன் எனக்குக் கிடைத்தது" என்று தெரிவிக்கிறார். "அது எனக்கு முன்னாலே கிடைக்காமல் இருந்தது. கிடைக்கும்படியாக விளம்பியவன் முருகன்" என்கிறார்.

"அந்தத் தேன் எங்கே இருந்தது? மலைமேலே இருந்தது. என்னைச் சுற்றிலும் இருட்டுச் சூழ்ந்திருந்ததால் முதலில் எனக்கு என்னைச் சுற்றியுள்ள பொருள்கள் இன்னவை என்றே தெரியவில்லை. வீடும் தெரியவில்லை. வீதியும் தெரியவில்லை. பள்ளமும் தெரியவில்லை. மேடான மலையும் தோன்றவில்லை. ஒளியாகிய அவன் கருணை கிடைத்த பிறகுதான் எல்லாப் பொருள்களும் தெரிந்தன. அவ்வப் பொருளின் இயற்கை நிறம் தெரிந்தது; உருவம் தெரிந்தது. கண்ணை மூடிக் கொண்டு உலகம் இருண்டு விட்டது என்று பூனை நினைக்கும் என்று சொல்வார்கள். அதைப் போல நான் என் உள்ளத்திலுள்ள மயக்கத்தினால் சளத்தில் பிணிபட்டு அசட்டுக் கிரியைகள் செய்து கொண்டுதான் இருந்தேன். என் உள்ளத்தின் மயக்கம் கெட அவன் மெய்ப்பொருள் பேசினான். அவன் அருள் கிடைத்த மாத்திரத்திலே உலகிலுள்ள யாவும் தெரிந்தன. மலை தெரிந்தது. அதன் மேலே ஏறினேன். அங்கே மரத்தில் உள்ள ஆனந்தத் தேன் கிடைத்தது'' என்று அறிவிக்கிறார்.

இருளும் ஒளியும்

இருட்டிலே பார்க்கும்போது உலகிலுள்ள பொருள்களின் உருவம் நிறம் முதலியன எப்படி நமக்குத் தெரியவில்லையோ, அவ்வாறே உலக மாயையில் சிக்கி இருக்கின்ற நம் புறக்கண்களுக்கும் உலகிலுள்ள பொருள்களின் உண்மை இயல்பு விளங்குவதில்லை. சூரியன் ஒளி கிடைத்த மாத்திரத்திலே உலகிலுள்ள பொருள்களின் நிறம், வடிவம் எல்லாம் தோன்றுவதுபோல, இறைவன் திருவருள் ஒளி கிடைத்து விட்டால் நம் அகக் கண்களிலே உலகிலுள்ள பொருள்களின் உண்மைத் தத்துவம் விளங்கும். நமக்கு உலகம் இருண்டு கிடக்கின்றது. "இருள் தருமா ஞாலம்" என்கிறார்கள். ஆனால் சிலருக்கு உலகம் ஒளி மயமாக இருக்கின்றது. அவர்கள் எல்லோரும் இறைவன் அருளால் ஒளி பெற்றவர்கள்.

உலகை ஒளியுலகாகப் பார்க்க வேண்டுமானால் இறைவன் அருள் வேண்டும். அவ்வருளாளல் அகக்கண் பெற்றவர்களுக்கு நமக்குத் தோன்றாதன எல்லாம் தோன்றும். உலகத்திலுள்ள பொருள்கள் நமக்கு நிழற்படமாகத்தான் தெரிகின்றன. அவற்றுக்குள் இருக்கும் தத்துவங்கள் எல்லாம் அவர்களுக்கு நன்றாகப் புலப்படும். நமக்குத் தோன்றவில்லையே எனின், நாம் அறியாமையாகிய இருட்டுக்குள் கிடக்கின்றோம். சூரியனுடைய ஒளியினால் எப்படிப் புற இருள் நீங்கிப் போகின்றதோ, அதேபோல இறைவனுடைய திருவருள் கூட்ட உண்டாகும் ஒளியினால் அறியாமை இருள் விலகிப் போகும். பந்தபாசங்கள் எல்லாம் போய்விடும். அதற்கும் அப்பால் ஞான மலையின்மீது கொஞ்சம் கொஞ்சமாக ஏறினால் தத்துவங்கள் விரிந்துகொண்டே போகும். அந்தத் தத்துவங்களை இப்போது நம் கண்களினால் காண முடியாது. இறைவன் திருவருளினால் பெறப்படும் அறிவுக் கண்களுக்குத்தான் அவை புலப்படும்.

அருள் ஒளி

பழங்காலத்தில் ஒரு பாண்டியன் இருந்தான். வரகுண பாண்டியன் என்பது அவன் பெயர். சிவபிரானிடத்திலே அவன் மிகுந்த பக்தி உடையவன். இறைவன் அருளால் அகக்கண் பெற்றவன். ஒரு வேப்பமரம், பழுத்துக் குலுங்கியிருந்தது. பிறர் கண்களுக்கு வெறும் வேப்பம் பழங்களாகத் தோன்றின பொருள் அவன் கண்களுக்குச் சிவலிங்கங்களாகத் தோன்றினவாம். உடனே அந்த மரத்திற்கு அவன் விதானம் அமைக்கச் செய்து விட்டான். அது மாத்திரமா? நல்ல மழைக்காலம் வந்தது. மழைத் தண்ணிர் தேங்கி நின்ற குட்டையில் தவளைகள் இருந்தன. இரவுக் காலங்களில் அவை ஒன்றாகச் சேர்ந்து சங்கீதம் பாட ஆரம்பித்து விட்டன. அவற்றின் குரல் அவனுக்கு எப்படிக் கேட்டது? பக்தர்கள் எல்லோரும் சேர்ந்து "ஹர ஹர" என்று சொல்வது மாதிரியாக அவனுக்குத் தோன்றியதாம். "ஹர நாமத்தைச் சொல்லும் இந்த நல்ல பிராணிகளுக்கு உணவை வீசுங்கள்" என்று அவன் சொன்னான். இறைவனுடைய நினைவு அவன் உள்ளத்திலே பதிவு பெற்றுவிட்டதால், காணும் பொருள்களிடத் தெல்லாம் அவன் இறைவனுடைய தொடர்பைக் கண்டான். அந்த மாதிரியாக நமக்கும் தோன்றவில்லையே என்றால் நமக்கு எப்படித் தோன்றும்? கறுப்புக் கண்ணாடி போட்டுக் கொண்டிருக்கிறவனுக்கு உலகத்திலுள்ள எல்லாப் பொருள்களும் காக்கையைப் போலக் கறுப்பாகத்தான் தோன்றும். காமாலைக் கண்ணனுக்குக் கண்டனவெல்லாம் மஞ்சளாகத்தானே தெரியும்? இறைவனது அருளாகிய வெளிச்சம் நமது உள்ளத்தில் அடித்தால்தான் உலகத்திலுள்ள பொருள்களின் உண்மை தெரியும்.

இருட்டிலே ஊரிலுள்ள திக்குத் திசை தெரியவில்லை. சூரியன் வந்த பிறகு அந்த ஊரில் இருக்கிற இடம் தெரிந்தது. மிகப் பெரிய மலை தெரிந்தது. அதைப் போல அஞ்ஞானமாகிய

இருட்டிலே அகப்பட்டு நாம் எல்லோரும் இந்த உலகத்தில் ஒன்றும் தெரியாமல் தவிக்கிறோம். நம்முடைய வீடு என்று எதனையோ எண்ணிக்கொண்டிருக்கிறோம். அருளாகிய ஒளி வந்தால்தான், "நாம் யார்? நமக்கும் இவ்வுலகிலுள்ள பொருள்களுக்கும் என்ன சம்பந்தம்? இவ்வுலகிலுள்ள பொருள்களின் உண்மை இயல்பு என்ன? நமது உண்மையான வீடு எங்கே இருக்கிறது?" என்பவை தெரிகின்றன. உலகத்தைத் தெரிந்து கொண்டால் போதுமா? போதாது. உலகம், உயிர், கடவுள் என்ற மூன்று பொருள்களையும் தெரிந்து கொள்ள வேண்டும். உலகத்துப் பொருள்களைத் தெரிந்து கொண்டவுடனே, தான் எங்கே இருக்க வேண்டியவன் என்று தெரிந்து கொண்டு, அந்த நிலையை எய்துவது எப்படி எனத் தெரிந்து கொள்கிறான். முன்பு நாம் அப்படி அருவருக்கத் தக்க நிலையில் இருந்தோம் என்பதையும் காண்கிறான். தான் இருக்கிற நிலையிலிருந்து மேலே அண்ணாந்து பார்க்கிறான்; அதாவது, உன்னத திருஷ்டி உடையவனாகிறான். பெரிய மலைக்குப் பக்கத்தில் தான் இருப்பதைப் பார்க்கிறான். உலக இயலுக்கு அப்பாற்பட்ட இறைவனுடைய உண்மையைப் பார்க்கிறான். இவற்றையெல்லாம் பார்க்க அவனுக்கு இறைவனுடைய திருவருள் வேண்டும்; அவன் அருளொளி கிடைக்க வேண்டும். அஞ்ஞானமாகிய இருட்டில் அவன் இவற்றை எல்லாம் பார்க்க முடியாது. எத்தனை தலங்களுக்குப் போனாலும் பயன் இல்லை. எத்தனை முறை ஆகமங்களைப் புரட்டிப் பார்த்தாலும் உண்மை விளங்காது. மாணிக்க வாசகர் சொல்கிறார்:

"இத்தந் திரத்திற் காண்டுமென் றிருப்போர்க்கு
அந்தத் திரத்தின் அவ்வயின் ஒளித்தும்"

இருட்டிலே ஒருவன் உட்கார்ந்து கொண்டு புத்தகங்களின் ஏடுகளைப் புரட்டிக் கொண்டே இருக்கிறான். அதில் ஒன்றுமே தெரியவில்லை என்று சொல்கிறான். எப்படித்

தெரியும்? விளக்கைப் போட்டால் புத்தகங்களிலுள்ள எழுத்துத் தெரியும். அப்படித்தான் ஆகமங்களைப் படித்து பார்த்துவிட்டுப் பொருள் புரியவில்லை என்கிறான்; இவன் அறியாமை இருட்டில் இருந்து கொண்டு அதன் ஏடுகளைப் புரட்டுகிறான். ஆனால் ஆண்டவன் அருள் ஒளி கிடைத்த மாத்திரத்திலே அதில் எத்தனை எத்தனையோ பொருள்கள் புலப்படுகின்றன.

ஞான மலை

அருணகிரியார் இன்ப அநுபவத்தை எப்படிப் பெற்றார்? அவருக்கு முதலில் இறைவன் அருளால் ஒளி தோன்றியது; ஒளி தோன்றிய மாத்திரத்தில் நிலம் தெரிந்தது. நிலம் மாத்திரம் தெரிந்ததோடு நிற்கவில்லை. ஒரு பெரிய மலை விளைந்தது.

ஒளியில் விளைந்த உயர்ஞான பூதரத்து.

ஒளியில் விளைந்தது வெறும் சாதாரண மலையா? அது ஞான பூதரம். பூதரம் - மலை. அது பெரிய ஞான மலை. வெறும் கல் மலை அல்ல. விளைந்தது என்றால் உண்டாயிற்று என்று பொருள். திடீரென்று பெரிய மலை எப்படி உண்டாயிற்று? எந்தப் பொருளையும் புதியதாகப் பார்க்கும்போது அது புதியது என்று சொல்வது வழக்கம். நான் ஒரு புதிய ஊரைக் கண்டேன் என்றால் அந்த ஊர் அப்பொழுதுதான் உண்டாயிற்றா? இல்லை. அவன் அந்த ஊருக்கு அப்பொழுதுதான் முதல் முதலாகப் போயிருக்கிறான். அவன் காட்சி புதியதே தவிர ஊர் புதியது அல்ல. இவ்வுலகில் புதிய மலையைக் கண்டேன் என்றால் மலை புதியது அல்ல. அது எப்பொழுதும் அங்கே இருப்பது தான். ஆனால் அவன் காட்சி புதியது. இதற்கு முன்னால் அதை அவன் பார்க்கவில்லை. "நான் இத்தனை காலமும் இந்த உலகில் பல பல

பொருள்களைக் கண்டு வந்தேன். ஆனாலும் அவற்றினிடையே ஒரு புதிய தத்துவத்தை இப்பொழுதுதான் கண்டேன். அதுவும் அவனது அருளினாலே கிடைத்த ஒளியிலே கண்டேன்" என்பதையே குறிப்பாகச் சொல்கிறார் அருணகிரிநாதர்.

அருணகிரியார் இறைவனது அருளொளியிலே விளைந்த உயர்ந்த மலை ஒன்றைக் கண்டார். அது ஞான மலை. அந்த மலையின் மேல் ஏற ஏற அவரது பார்வைக்குத் தடையாக நின்ற பொருள்கள் எல்லாம் கீழே போய்விட்டன. உலகம் முழுவதும் விரிந்து கிடக்கின்ற பொருள்களின் உண்மை இயல்புகள் புலனாயின; அந்த மலையின் உச்சிக்குப் போன பிறகு ஒரு புதிய அநுபவம் விளைந்தது. அது எதில் விளைந்தது? அளியில் விளைந்தது; அன்பிலே விளைந்தது. அறிவாகிற மலையில் அவர் கொஞ்சம் கொஞ்சமாக முயன்று ஏறி உச்சிக்குச் சென்றுவிட்டார். இனி அதற்கு மேல் அவர் முயற்சி செய்து போகக் கூடி இடம் இல்லை. எல்லாம் கடந்து நின்ற அவருக்கு, ஆனந்தத் தேன் கிடைத்தது. அது அன்பிலே விளைந்த ஆனந்தத்தேன்.

அறிவும் அன்பும்

அறிவினாலே மாத்திரம் ஆனந்தத் தேனைப் பெறுவது எந்தக் காலத்திலும் முடியாது. உடல் பலத்தினாலேயும் பெறக் கூடியது அன்று அது. அறிவைக் கொண்டு ஒரு விநாடியில் ஆயிரக்கணக்கான பேர்களை அழிக்கும் ஹைட்ரஜன் குண்டுகளை விளைவிக்க முடியும். அவை வெறும் அறிவினாலே விளைபவை. அது பசை இல்லாத அறிவு. எதிலும் ஒட்டாது. வெறும் அறிவில் ஏறி மேலே மேலே அதன் நுனிக் கொம்பையும் தாண்டிப் போக முயன்றால் கீழே விழ வேண்டியதுதான். அறிவின் நுனியை அடைந்த பொழுது அதற்கு ஒரு முற்றுப் புள்ளி வைத்துவிட வேண்டும். நாம் ஒருவருடைய வீட்டுக்கு ஒர் ஆளின் துணை கொண்டு

போகிறோம். அவன் நமக்கு அவருடைய வீட்டைக் காட்டத் துணையாக வருகிறான். அந்த வீடு வந்தவுடன், அந்த ஆள் நின்று கொண்டுவிடுகிறான். கூட்டிக் கொண்டு வந்தவனை அவ்விடத்திலேயே விட்டுவிட்டு நாம் அந்த வீட்டின் சொந்தக்காரனோடு உள்ளே போகிறோம். துணைக்கு வந்தவனையுமா உள்ளே கூட்டிக் கொண்டு போகிறோம்? இல்லை. நமக்குத் துணையாக இருப்பது அறிவு. அந்த அறிவின் துணை கொண்டு தத்துவமாகிற சாரலில் ஏறி மலையின் உச்சியை அடைந்து விட்டோம். அந்த இடத்திற்கு அப்பாலே அறிவுக்கு வேலை இல்லை. அறிவு நிற்க வேண்டிய இடம் அது. அதுவரையில்தான் அறிவு நமக்கு வழிகாட்டியாக வர முடியும். அதற்கு அப்பாலே அநுபவம் வரவேண்டும். அது எப்படி வரும்? அன்பு இருந்தால் வரும். அன்பு வராவிட்டால் இன்ப அநுபவம் நமக்குக் கிடைக்காது. அந்த அன்புப் பசைதான் நம்மை இறைவனோடு ஒட்டுகிறது.

எனவே, அறிவின் தலைநிலத்தில் நின்ற ஒருவனுக்கு அன்பு விளைந்தால் ஆனந்தத் தேன் வரும். அறிவு மலையின் அன்பு மரத்தில் அநுபவத்தேன் இருக்கிறது. "அன்பிலே விளைந்த முதிர்ந்த ஆனந்தத் தேன் நான் பெறும்படி, அநுபவத்திலே தெரிந்து கொள்ளும்படியாக, விளம்பியவாறு என்னே!" என்று ஆச்சரியப்பட்டுப் போகிறார் அருணகிரியார்.

தோழியும் மணப்பெண்ணும்

அறிவு நிற்கின்ற இடத்திலே, அன்பு விளைகின்ற இடத்திலே, அநுபவம் தோன்றுகிறது. ஒரு பெண் தன் தலைவனோடு கூடி இன்பம் அநுபவிக்கின்ற கல்யாணம், அன்று அவளுடைய பரம ரகசியங்களை எல்லாம் அறிந்துள்ள தோழிகள் அவளைச் சுற்றிச் சூழ நின்று காலையிலிருந்து பரிகாசம் செய்கிறார்கள். இரவு வந்தது. நன்றாக அலங்கரிக்கப்பட்டுள்ள படுக்கை அறைக்குள் அவளை அழைத்துப் போகிறார்கள். தந்தை கூடத்திலேயே நின்றுவிடுகிறார். தாய் கொஞ்சதூரம்

வந்துவிட்டு மறைந்து போகிறாள். தோழிகள் அவளோடு இன்னும் சிறிது தூரம் போகிறார்கள். அவர்களுக்குள் உயிர்த்தோழி படுக்கை அறை வரையிலும் வருகிறாள். ஆனாலும் அறைக்குள் அந்தப் பெண் ஒருத்திதான் போகிறாள். அதுவரையிலுந்தான் தோழி வர முடியுமே தவிர அதற்கு அப்பாலும் அவள் அறைக்குள் வர முடியாது. அங்கே அவளுக்கு வேலை இல்லை. அறைக் கதவு வரையிலும் வந்த தன் தோழியை அங்கேயே நிறுத்திவிட்டு, அவள் அறைக்கதவை தாழிட்டுக் கொண்டு உள்ளே போய் விடுகிறாள், ஆனந்தத்தை அநுபவிக்க.

அதே மாதிரி ஆன்மாவானது இறைவன் ஒருவன் உண்டென்று அறிந்து, அவனை அடைய முடியாமல் தடுக்கின்ற பல இடையூறுகளையும் அருளாகிய ஒளியைக் கொண்டு போக்கி, உலகத்திலுள்ள உண்மைத் தத்துவங்களை எல்லாம் கண்டு, ஞான மலையின் முடிவை அடைந்துவிட்டால், அதற்குப் பிறகே அங்கே அறிவுக்கு வேலை இல்லை. ஆன்மா தனித்து போய் இறைவனோடு ஒட்டி ஆனந்தத் தேனை, அன்பிலே விளைகின்ற ஆனந்தத் தேனை, அநுபவிக்க வேண்டும்; தத்துவாதீதமாய் இருக்கின்ற எம்பெருமானோடு கலந்து இன்பத்தை அநுபவிக்க வேண்டும். அங்கே போகும் அறிவு இங்கும் நான் இருக்கிறேன் என்று வந்தால் அங்கே இன்பம் இராது. அங்கே நாயகன் வரமாட்டான். நாயகனோடு பெண் தனித்து இருக்க வேண்டிய அறை வரையிலும் துணையாக வந்த தோழி எப்படி அந்த அறையின் வெளியிலே நின்றுவிட்டாளோ, அப்படியே தத்துவங்களை எல்லாம் கடந்து வருவதற்குத் துணையாக இருக்கின்ற அறிவு, ஆன்மா இறைவனோடு ஒன்றுபடும் நிலைக்கு முன்னே வெளியிலேயே நின்றுவிட வேண்டும். அறிவு ஆனந்தத் தேனை அநுபவிப்பதற்குக் காரணமாய் இருக்கிறதே தவிர, அந்தத் தேனைச் சுவைக்கும் போது அது நமக்குத் துணையாக இருக்க முடியாது. அன்பு விளைந்தால்தான் இன்பம் உண்டாகும்.

அறிவு செல்ல முடியாத இடத்திற்கும் அன்பு செல்கிறது. அறிவு மாத்திரம் இருந்தால் பல பல பேதங்களை எல்லாம் காணும். தெளிந்த அறிவிலே அன்பு கலந்துவிட்டால் அங்கே அபசுரம் இல்லை.

ஒரு பெண் என்னதான் தாய் தந்தையர் வீட்டில் மிகச் செல்லமாக வளர்ந்தாலும் அவர்களை விட்டுவிட்டு நாயகன் வீட்டுக்குப் போய்விடுகிறாள். குழந்தையாக இருக்கும்போது அம்மாவை விட்டு ஒருகணங்கூடப் பிரிந்து இருக்க மாட்டாள். அப்பாவுக்குச் செல்லப் பெண். இருந்தாலும் கல்யாணம் ஆகிக் கணவன் வீட்டுக்குப் போன பிறகு ஒரு பத்து நாள் வருகிறாள் என்று வைத்துக் கொண்டாலும், அந்தப் பத்து நாளைக்குப் பல தடவை தன் வீட்டுக்குப் போக வேண்டுமென்று சொல்லி விடுகிறாள். "இதுதான் அம்மா உன் வீடு. நீ தவழ்ந்து ஆடி விளையாடிய கூடம் இதோ இருக்கிறது பார். நீ வைத்த வாழை எப்படி வளர்ந்திருக்கிறது பார்" என்று அவள் தாய் சொன்னாலும் அவள் அவை எல்லாவற்றையும் விட்டுத் தன் வீட்டுக்குப் போக வேண்டுமென்கிறாள். தன் வீடு என்று எதைச் சொல்கிறாள்? நாயகனோடு இருக்கும் இடத்தைச் சொல்கிறாள். பிறந்த வீட்டை அவள் தன் வீடு என்பதே இல்லை. கல்யாணம் ஏதோ ஒரு நாள் நடக்கிறது. கல்யாணம் ஆகிற வரைக்கும் இருபது இருபத்திரண்டு ஆண்டுகள் அவள் தாய் தந்தையர்களின் வீட்டிலே இருந்திருக்கிறாள். ஆனால் அந்த ஒரு நாள் கல்யாணம் ஆன பின், அந்த வீட்டை அவள் தன் வீடு என்று சொல்லமாட்டேன் என்கிறாள். அதே மாதிரியாக உள்ளத்தில் மயக்கம் இருக்கிறவரையில் நாம் இப்பொழுது இருக்கிற வாழ்க்கையே மிக உயர்ந்ததாக நினைத்துக் கொண்டிருக்கிறோம். நாம் இருக்கிற வீடுதான் நமது வீடு என்று எண்ணிக் கொண்டிருக்கிறோம். ஆனால் அறிவு மலையிலே ஏறி மாயை நீங்கிவிட்டால் அப்போது இந்த உலகத்திலே இந்திரியங்களின் வாயிலாக அநுபவிக்கும் இன்பங்களை எல்லாம் வெறுக்கத் தலைபட்டுவிடுகிறோம். அறிவின் துணைக் கொண்டு, உண்மைப் பொருளை

அறிந்துவிட்டால், அப்புறம் அங்கே அறிவுக்கு வேலை இல்லை. அறிவு அதோடு நின்று விடுகின்றது. உள்ளத்தில் அன்பு விளைந்தால் அந்த நிலையிலேயே இன்ப அநுபவம் உண்டாகிறது. வெறும் அறிவை மாத்திரம் வைத்துக் கொண்டு பயன் இல்லை. ஆண்டவனுடன் கலந்து ஆனந்தத்தைச் சுவைப்பதற்குத் துணையாக இருப்பது அன்புதான்.

அறிவு நழுவுதல்

சங்கராசாரிய சுவாமிகள் தம் அறிவின் துணை கொண்டு பல பல இடங்களுக்கும் சென்று பல பேரோடு வாதாடி அத்துவைதக் கொள்கையை நிலைநாட்டினார். பிற சமயவாதிகளை எல்லாம் வென்றார். ஆயினும், அந்த அறிவுக்கும் அப்பாற்பட்ட ஆனந்தத்தை, அன்பாலே விளைந்த ஆனந்தத் தேனை, இறைவனோடு கலந்து அநுபவித்துச் சிறந்து நின்றார். அந்தத் தேனை உண்ட மயக்கத்திலே சிவானந்த லகரி பாடினார். லகரி என்பது மயக்கம். ஆனந்த லகரி அன்பினாலே பிறந்தது. அன்பினாலே உள்ளம் உருகிப் பாடினார். பிற சமயத்தையெல்லாம் வாதத்தினாலே வென்றது, அவரிடம் ஓங்கி நின்ற அறிவு. அது அவருக்கு ஆனந்தத்தைக் கொடுக்கவில்லை. அந்த அறிவுக்கும் எட்டாத ஆனந்தத்தை அவர் அன்பினாலே கசிந்து கசிந்து உருகிப் பெற்றார்; பக்தி இல்லாமல் அன்பு இல்லாமல் யாரும் அறிவினால் மாத்திரம் அந்த ஆனந்தத்தை அடைய முடியாது.

அறிவின் துணை கொண்டு உலகத்திலுள்ள பொருள்களின் உண்மையை உணர்ந்து கொண்டிருக்கலாம். உள்ளத்திலுள்ள மயக்கத்தைப் போக்கிக் கொண்டிருக்கலாம். பலபல தத்துவங்களைக் கடந்து செல்லலாம். ஆனால் ஆண்டவனோடு கலந்து இன்பத்தை அடையக் கூடிய நிலையில் அறிவு நழுவிப் போய், அன்பு தலைப்பட வேண்டும். இறைவனுடைய திருவருளினால் மாயா

இருளைப் போக்குகின்ற ஒளியைப் பெற்று, அறிவின் துணை கொண்டு, ஞானமலையின் மேலே, தத்துவங்களாகிற படிகனை ஒவ்வொன்றாகக் கடந்து சென்றுவிட்டால், உச்சியை அடைந்துவிட்டால், அறிவு நழுவிப் போய், அன்பு முதிர்ந்து நிற்கும்; அப்போது ஆனந்தத் தேனை அநுபவிக்கலாம். "அதனை நான் அநுபவிக்கும்படியாக விளம்பியவாறு என்னே!" என்று வியப்பு அடைகிறார் அருணகிரியார்.

ஒளியில் விளைந்த உயர்ஞான பூதரத்து உச்சியின்மேல்
அளியில் விளைந்தது ஒர் ஆனந்தத் தேனை,...
தெளிய விளம்பியவா, முகம் ஆறுடைத் தேசிகனே!

வெறும் பாழ்

நமக்குச் சூரியன் ஒளி தெரியும். கல் மலை தெரியும். தேன் தெரியும். இவற்றுக்கு உருவம் உண்டு. அருணகிரியாரும் ஒளி என்கிறார், மலை என்கிறார், தேன் என்கிறார். அப்படியானால் அவர் சொல்லுகின்றவற்றுக்கு உருவம் உண்டா? அவற்றைப் பார்க்கலாமா?' என்ற சந்தேகம் நமக்குத் தோன்றலாம். உண்மையில் அங்கே ஒன்றும் இல்லை. அவை யாவும் நமக்கு அகக்கண் இல்லாவிட்டால் தோன்றா. விளக்க முடியாத உருவற்ற பொருளை உருவம் கொடுத்து நமக்கு விளக்கினார் அவர். தாம் உணர்ந்த பொருளை பிறருக்கு உணர்த்துவதற்காக உருவகமாகச் சொன்னார். "இவை எல்லாம் உண்மை அல்ல. உனக்குப் புரிய வேண்டுமென்பதற்காக உன் மொழியில் சொன்னேன். அறியாமை இருளில் சிக்குண்டு கிடக்கிறவனுக்கு, அருள் ஒளியில் ஞான மலை தோன்ற, அதில் ஏறி ஆனந்தத்தேனை நுகர வேண்டுமென்று உருவகமாகச் சொன்னேன். அங்கு ஒன்றும் இல்லை" என்று பின்பு புலப்படுத்துகிறார்.

அநாதியிலே
வெளியில் விளைந்த வெறும்பாழைப் பெற்ற
வெறுந்தனியை,

"நான் அடைந்த இன்பத்திற்குக் கால எல்லை இல்லை; அது அநாதி, ஆதி அற்றது. எந்தக் காலத்தில் அந்த ஆனந்தம் உண்டாயிற்று என்று தெரியாது. நான் அநுபவித்த இன்பத்தை பல காலமாகப் பல பெரியோர்களும் அநுபவித்தார்கள். இப்படி அநாதி காலமாக இருந்து வருகின்றது. அது."

"அது கால எல்லையைக் கடந்தது என்று சொல்லிவிட்டீர்கள்? அது விளைந்த இடம் எது?" என்று கேட்டால் அதற்கும் விடை சொல்கிறார்.

வெளியில் விளைந்தது

என்று. வெளி என்றால் ஆகாசம். "அதற்கு ஆதாரம் ஆகாசந்தான்" என்று சொன்னார். ஆகாசம் ஐந்து பூதங்களில் ஒன்று. ஆகாசத்திற்குள் நான்கு பூதங்களும் அடங்கி இருக்கின்றன. ஆனாலும் ஆனந்தம் என்பது இந்த ஆகாசத்திற்கும் மேல் இருக்கிற ஒன்று என்பதைக் காட்ட,

வெளியில் விளைந்த வெறும்பாழ்

என்று சொன்னார். பாழ் என்று சொன்னால் போதாது. நமது ஊரில் பாழ் வெளி இருக்கிறது என்றால் அந்தப் பாழ் வெளிக்கு அப்பாலே ஊர் இருக்கிறது என்று தெரியும். பாழுக்குப் பக்கத்தில் மனிதன் நடமாடுகிற இடம் தெரியும். ஆனால் இந்தப் பாழுக்கு அப்பாலே எதுவும் இல்லை. இது வெறும் பாழ்; தனக்கு அப்பாலே எதுவும் இல்லாத பாழ்; இது இட எல்லை கடந்தது என்று சொன்னபடி.

கால எல்லை கடந்தது என்பதற்காக, "அநாதியிலே" என்று சொன்னார். பிறகு இது பஞ்ச பூதங்களுக்கும் அப்பாற்பட்டது என்பதற்காக, "வெளியில் விளைந்த பாழ்" என்று சொன்னார். பிறகு இது இட எல்லையையும் கடந்தது என்பதற்காக "வெறும் பாழ்" என்று சொன்னார். இந்தப் பாட்டின் முன்பகுதியில் உருவம் உடைய பொருள்போல ஒளி, மலை, உச்சி, தேன் என்று சொன்னார். அவை நமக்கு விளங்குவதுபோல இருந்தன. ஆனால் பிற் பகுதியில் ஒரே நுண்பொருள்களாகச் *(Abstract)* சொல்கிறார். ஏன் அப்படிச் சொல்ல வேண்டும்? நமக்கு விளங்க வேண்டுமென்று முதலில் உருவகமாகச் சொன்னார். அதைக் கேட்ட பிறகு நாம் அதனை, இந்திரியங்களுக்குக் கட்டுப்பட்டது, பொறிகளின் மூலமாகவே அநுபவிக்கக் கூடியது என்று எண்ணி விடாமலிருக்கப் பிற்பகுதியில் இவ்வாறு விளக்குகிறார். அதனைப் பொறிகளின் மூலமாக அநுபவிக்க முடியாது. அது கால எல்லை கடந்தது. பூத எல்லை கடந்தது. இட எல்லை கடந்ததுங என்று புலப்படுத்துகிறார். அநாதியிலே வெளியில் விளைந்த வெறும் பாழ்' என்று சொல்கிறார்.

வெறுங்தனி

அதை "வெறும் பாழ்" என்று மட்டும் சொல்லிவிடவில்லை. "அந்தப் பாழைப் பெற்ற வெறுந்தனி" என்று பேசுகின்றார். தனி என்பதற்கும், வெறுந் தனி என்பதற்கும் வித்தியாசம் உண்டு. "நான் தனியாக இருக்கிறேன்" என்று ஒருவன் சொன்னால் என்ன பொருள்? அவன் இருக்கிற வீடு இல்லையா? அவனைச் சூழ்ந்து பல பொருள்கள் இல்லையா? அவை யாவும் இருந்தாலும் அவன் தனியாக இருக்கிறேன் என்று சொல்கிறான். அதாவது அவனுக்கு இனமான பொருள் அங்கே ஒன்றும் இல்லை என்பது அதற்குப் பொருள். மல்லிகைக் கொடியில் ஒரே ஒரு பூ இருந்தால், அதிலே பல இலைகள், கொடிகள் எல்லாம் இருந்தாலும், வேறு பூக்கள் அங்கே இல்லாமையினால் அது தனி. ஒரு தனி நாற்காலி

என்றால், வேறு நாற்காலிகள் அங்கே இல்லை என்பது பொருளே தவிர மேஜை இல்லை, கண்ணாடி இல்லை, வேறு பொருள் ஒன்றுமே இல்லை என்ற பொருள் தோன்றாது. இங்கேயோ தன் இனப் பொருளும் இல்லை, வேறு இனப் பொருளும் இல்லை. அதைத் தெரிவிக்கவே, "வெறுந் தனியை" என்று சொன்னார்.

இப்படி, காலத்தினால் அளவிடற்கு அரியதான ஒன்றை, வெளியில் அடங்காத ஒன்றை, இட எல்லைக்கும் அப்பாற்பட்டு இருக்கின்ற வெறும் பாழை, அதனைப் பெற்ற வெறுந் தனியைத் தெரிந்துகொள்ளுமாறு விளம்பினவன் முருகன். அவன் எத்தகையவன்?

முகம் ஆறுடைத் தேசிகனே!

தேசிகன் என்றால் குரு. குருநாதன் ஆகிய அவனுக்கு அடையாளம் என்ன? யாருக்கும் இல்லாத அடையாளம் உண்டு அவனுக்கு. அவன் முகம் ஆறு உடையவன். தேசிகன் என்று பொதுவாகச் சொன்னால் அது யாரையும் குறிக்கும். முருகப் பெருமானையே குறிக்க, "முகம் ஆறுடைத் தேசிகன்" என்றார். சிவபிரான் ஐந்து முகம் உடைய தேசிகன். ஐந்து முகங்களினால் அவர் இருபத்தெட்டு ஆகமங்களைச் சொன்னார். குமரக் கடவுள் ஆறுமுகம் உடையவன். இந்த ஆறுமுகக் கடவுள் ஐந்து முகக் கடவுளுக்கே பிரணவ மந்திரோபதேசம் செய்தவன். அத்தகைய ஆறுமுகம் உடைய குருநாதன் எனக்கு உபதேசம் செய்தான் என்றார் அருணகிரிநாதர். எதற்கு உபதேசம் செய்தான்? பொருளைத் தெரிந்துகொள்ள அல்ல என்கிறார். தெளிந்து கொள்ள என்கிறார். அறிவு என்பது நூல்களினாலே அறிவது. காலம், இடம், பூதம் ஆகிய எல்லாவற்றையும் கடந்து நிற்கின்ற ஒரு பொருளை அறிவினாலே தெரிந்து கொள்வது இயலாத காரியம். அதுபவத்தினாலேதான் அது முடியும். அறிவுடையவர்கள் எல்லாம் அந்த ஆனந்தத்தை

அடைவார்கள் என்று சொல்ல முடியாது. அறிவினாலே பல பல தத்துவங்களையும் அறிந்து, உணர்ந்து கடந்து செல்லலாம். ஆனால் அந்த அறிவு நழுவிய நிலையில், அன்பு கனியும்போதுதான் அந்த ஆனந்தத்தைப் பெற முடியும்.

சர்க்கரை இனிக்கும் என்பதை அறிவினாலே தெரிந்து கொள்ளலாம் அல்லது அதைப்போன்ற பல பொருள்களை உபமானமாக வைத்துத் தெரிந்து கொள்ளலாம். ஆனால் எப்படி இனிக்கும் என்பதை அநுபவத்தினாலே தான் அறியலாம். அநுபவத்தினால் அறிந்து கொள்வது தெளிந்து கொள்வது ஆகும். அறிவினாலே அறியப்படுவனவற்றைப் பிறருக்குச் சொல்ல முடியும். அநுபவத்தினாலே உணர்கிறவற்றை யாருக்கும் சொல்ல முடியாது. தெரிந்த பல பொருள்களை அநுபவத்தில் அடையாமல் இருக்க முடியும். தெளிய அறிந்தேன் என்றால் அநுபவத்தினாலேயும் அதனைப் பெற்றேன் என்று பொருள். ஆறுமுகமுடைய தேசிகனின் திருவருளினாலே நான் அருளொளி பெற்று, அதன் எல்லையைக் கடந்து, பூத எல்லையைக் கடந்து, இட எல்லையைக் கடந்து, தனக்குச் சமானம் இல்லாத தன்மையில் இருக்கின்ற ஒன்றை, அன்பினாலே விளைந்த ஆனந்தமாகிய தேனை நான் பெற்றேன். அது வெறும் பாழைப் பெற்ற தனி. அதனை நான் பெறும்படியாக, அவன் உபதேசம் செய்தான். நான் தெளியும்படியாக விளம்பினான் என்று அருணகிரியார் சொல்கிறார்.

ஒளியில் விளைந்த உயர்ஞான

பூதரத்து உச்சியின்மேல்

அளியில் விளைந்ததோர் ஆனந்தத்

தேனை, அநாதியிலே

வெளியில் விளைந்த வெறும்பாழைப்

பெற்ற வெறுந்தனியைத்

தெளிய விளம்பிய வாமுகம்

ஆறுடைத் தேசிகனே!

(அருள் என்னும் ஒளியில் புதியதாகத் தோன்றிய உயர்ந்த ஞானமாகிற மலையின் உச்சியில் அன்பிலே விளைந்ததாகிய ஒப்பற்ற ஆனந்தம் என்னும் தேனை, கால எல்லையற்ற அநாதியில், இட எல்லையற்ற வெளியில் உண்டான வெறும் சூனியத்தைப் பெற்ற வெறும் தனியான அநுபவ நிலையை நான் அநுபவத்தால் உணரும்படி முகம் ஆறுடைய குருநாதன் உபதேசம் செய்தவாறு என்ன வியப்பு

ஒளியென்றது அருளை. பூதரம்-மலை. அளி-அன்பு. வெளி-ஆகாசம். விளம்பியவா-விளம்பியவாறு என்னே என்று ஒரு சொல்லை வருவித்து முடிக்க வேண்டும். தேசிகன்-குரு)

வள்ளிகோன் உபதேசம்

ஹிந்து மதம்

நமது பாரத நாடு முழுவதும் அமைந்த ஒரு சமயத்தை ஹிந்து மதம் என்று சொல்கிறோம். நாம் சொல்கிறோம் என்று சொல்வதைக் காட்டிலும் மேல்நாட்டார் சொல்ல, நாம் சொல்கிறோம் என்று சொல்வதே பொருத்தம். அவர்கள்தாம் இந்தியா என்றும், ஹிந்து மதம் என்றும் சரித்திரத்தில் எழுதி இருக்கிறார்கள். 'ஹிந்து மதம் என்று ஒரு மதம் உண்டா? இந்தியா முழுமைக்கும் ஒரு சமயம் உண்டா? அப்படியானால் ஹிந்து மதத்திற்குப் பொதுவான தத்துவம் என்ன இருக்கிறது? என்று சிலர் கேட்கிறார்கள். ஹிந்து மதத்திற்குப் பொதுவாக ஏதாவது இலக்கணம் உண்டா என்பதைப் பார்க்கலாம். பொதுவான இலக்கணம் கோயிலுக்குப் போய்க் கும்பிடுவது என்றால், கோயிலுக்குப் போகாத யோகிகள் இந்து மதத்தில் இருக்கிறார்கள்; ஞான விசாரம் பண்ணுகின்ற முனிவர்கள் இருக்கிறார்கள்; அவர்கள் கோயிலுக்குப் போவதில்லை. ஆகையால் கோயிலில் போய்க் கும்பிடுவது இந்து மதத்தின் பொதுக் கொள்கை என்று சொல்ல முடியாது. அப்படியானால் விபூதி பூசுவதை ஹிந்து மத அடையாளம் என்று சொல்லலாமா? நாமம் போடுகிறவர்கள் ஹிந்து மதத்தில் இருக்கிறார்கள். நாமம் போடுவதும் அப்படியே பொதுவான இலக்கணம் ஆகாது. வேஷ்டி கட்டாதவர்கள் ஹிந்து மதத்தினர் ஆகமாட்டார்கள் என்றால், 'பாண்ட்' போடுவது ஹிந்து மதத்திற்கு விரோதம் என்று எங்கும் சொல்லவில்லை. காது குத்துவது ஹிந்து மதத்தின் அடையாளம் என்றால், காது குத்தாமல் பல காலம் வாழ்கின்ற பிள்ளைகள் இருக்கிறார்கள். குழந்தைக்கு உபநயனம் செய்யும் போது காது குத்துவது என்ற வழக்கம் உள்ள குடும்பங்கள் இருக்கின்றன. ஆகவே காது

குத்துவதையும் அடையாளமாகச் சொல்ல முடியாது. இவற்றை எல்லாம் பார்த்தால் ஹிந்து மதம் என்று பொதுவாகச் சொல்வது தவறு போலத் தோன்றுகிறது.

அத்வைதக் கொள்கையை நிலைநாட்டிய சங்கரர் ஹிந்து மதத்தைச் சார்ந்தவர். ராமாநுஜாசாரியார் விசிஷ்டாத்வைதக் கொள்கையைப் பரப்பினவர்; அவர் ஹிந்து. மத்வாசாரியாரும் ஹிந்து சமயத்தைச் சேர்ந்தவர்; அவர் த்வைதக் கொள்கையை நாட்டில் பரப்பினார். சைவ சித்தாந்தம் இருக்கிறது. வீர சைவம் இருக்கிறது. எல்லாம் ஹிந்து மதத்தைச் சார்ந்தவையே. அவற்றில் ஒன்றை மாத்திரம் ஹிந்து மதம் என்று சொல்ல முடியாது. அரிசி சாப்பிடுகிறவர்கள் ஹிந்துக்கள் என்றால், கோதுமை சாப்பிடுகிறவர்கள் வடக்கே இருக்கிறார்கள். "இப்படி உடை, உணவு, ஆகாரம் ஆகிய எல்லாவற்றிலும் வேறுபாடு இருக்கிற இடத்தில் எப்படி ஐயா ஒரு சமயம் இருக்க முடியும்?' என்ற கேள்வி எழுகிறது.

ஹிந்து மதம் என்ற பெயர் நாம் வைத்தது அல்ல. மேல் நாட்டிலிருந்து வந்தவர்கள் இந்தியாவுக்குள் முதலில் கைபர் கணவாய் வழியாக வந்தார்கள். அதைத் தாண்டியவுடன் அவர்கள் கண்ணில் முதலில் தென்பட்டது சிந்துநதிப் பிரவேசம். அதிலிருந்து சிந்து, ஹிந்து என்ற பெயர்கள் வந்தன. அங்கு இருப்பவர்கள் ஹிந்துக்கள், அவர்கள் மதம் ஹிந்து என்றாகிவிட்டது. அவர்கள் அந்தப் பெயரை இந்தியா முழுமையும் இருக்கின்ற ஒரு சமயத்தை நினைந்து வைக்கவில்லை.

அப்படியானால், இந்தியாவிலே உள்ள சமயங்கள் பலவென்று சொல்ல வேண்டுமேயன்றி, ஒரு மதம் என்று சொல்வது பொருத்தமன்று என்றே தோன்றுகிறதல்லவா? இவ்வளவுக்கும் அடிப்படையான ஒரு பொதுமை இல்லையா? உண்டு.

அருளியல் ஒற்றுமை

இந்த நாடு என்றைக்கும் அரசியலில் ஒரு நாடாக இருந்ததில்லை; இப்பொழுதுதான் இருக்கிறது. ஆனால் அருள் இயலில் கன்னியாகுமரி முதல் இமாசலம் வரைக்கும் ஒரே நாடாகப் பழங்காலம் முதற்கொண்டு இருந்து வருகிறது. வடக்கே போனாலும், தெற்கே போனாலும், எந்த மொழி பேசுகிற நாட்டுக்குச் சென்றாலும் மனிதன் தன் வாழ்நாளில் பெற வேண்டிய பயன் நான்கு என்று சொல்வார்கள். தென் குமரியில் தமிழ் பேசும் மனிதன் அந்த நான்கையே சொல்வான்; வடகோடியில் இருக்கிற வங்காளியும் அந்த நான்கையே சொல்வான். வடக்கே உள்ளவர்கள் 'தர்ம அர்த்த காம மோட்சம்' என்று சொல்வார்கள். தெற்கேயுள்ள தமிழன் அவற்றையே 'அறம் பொருள் இன்பம் வீடு' என்று சொல்வான். இவற்றை உறுதிப் பொருள் என்று சொல்வது வழக்கம். வடமொழியில் புருஷார்த்தம் என்பர். இந்த நான்கும் வாழ்க்கையின் பயனென்ற கொள்கை பொதுவானது என்று சொல்லலாம். பாரத நாடு முழுமைக்கும் உரியவை என்று சொல்கிற சட்டம் ஒன்று உண்டு. இந்த நான்கையும் சொல்லும் அந்தச் சட்டத்திற்கு வேதம் என்று பெயர். ஆகமம் பொதுவான நூல் அல்லவா என்று கேட்கலாம். ஆகமங்களில் வெவ்வேறு பிரிவு உண்டு. வைஷ்ணவ ஆகமம், சிவாகமம், தேவி ஆகமம் என்ற வகைகள் இருக்கின்றன.

இந்தியாவிலுள்ள எல்லாச் சமயத்தினரும் மேற்கோளாகச் சொல்கின்ற நூல் ஒன்று உண்டானால் அது வேதம். எந்தக் கட்சியைச் சேர்ந்தவர்களாக இருந்தாலும் வேதத்திலிருந்து மேற்கோள் காட்டுவார்கள். ராமானுஜர் வேதத்தை மேற்கோளாகக் காட்டியிருக்கிறார். மத்துவாசாரியர் தம் மதத்திற்கு ஆதாரமாக வேதத்திலிருந்து மேற்கோள் எடுத்துக் காட்டியிருக்கிறார். சங்கரரும் வேதத்தைக் காட்டுகிறார். சிவஞானபோத உரைகளிலும் பொதுவான விஷயத்தைச் சொல்லும்போது வேதத்திலிருந்து மேற்கோள்

காட்டுகிறார்கள். எத்தனை விதமான வழிகள் உண்டோ அத்தனைக்கும் மூலசட்டமாக இருக்கிற பொதுநூல் வேதம். இந்த நாட்டிலுள்ள எல்லாச் சமயங்களும் வேதத்தைத் தங்கள் சமயச் சட்ட நூலாகக் கொண்டமையினால் இந்த நாட்டின் மதம் ஒன்று என்று சொல்கிறோம்.

வைதிக மதம்

அதற்கு ஹிந்து மதம் என்பது பேராக இருக்க முடியாது. சநாதன தர்மம் என்று இப்பொழுது சொல்கிறார்கள். பழங்கால முதல் இருப்பதனால் அப்படிச் சொல்கிறார்கள். உலகில் பழைய சமயங்கள் சில இருக்கின்றன. அதனால் சநாதனம் என்பது இதற்கென்றே அமைந்த பெயர் ஆகாது. இந்தியாவில் உள்ள சமயங்கள் அத்தனைக்கும் ஒரு பெயர் இருக்குமானால் வைதிகம் என்ற பெயரையே சொல்ல வேண்டும். அவை யாவும் வேதத்தை ஆதாரமாகக் கொண்டமையினால் வைதிக சமயம் என்ற பெயரைப் பெற்றன.

சுட்டாத வேதம்

பாரத தேசத்தில் எந்தப் பகுதியாக இருந்தாலும், எந்த மொழி பேசும் நாடாக இருந்தாலும், எந்த ஆசாரத்தை வைத்துக் கொண்டவர்களாக இருந்தாலும், வேதத்தை நம்பி, அதை மேற்கோளாக வைத்து தங்கள் தங்கள் சமயத்தை அமைத்துக் கொண்டவர்கள் ஹிந்துக்கள். அறம், பொருள், இன்பம், வீடு என்ற இந்த நான்கு புருஷார்த்தங்களும் எல்லோருக்கும் பொதுவானவை. இந்த நாட்டிலுள்ள எல்லா மொழிக்காரர்களுக்கும், எல்லாச் சமயத்தார்களுக்கும் பொதுவான ஒரு நூலாக இருக்கின்ற வேதம் என்ன சொல்கிறது? மனிதன் வாழ்க்கையைப் பற்றிச் சொல்கிறது;

உலகம் எப்படி உண்டாயிற்று என்று சொல்கிறது; இறைவனைச் சுட்டிக் காட்டுவது இல்லை.

நடுத்தெருவில் ஒருவன் இருந்தால் அவன் என்று சொல்வோம். ஒரு பொருள் இருந்தால் அது என்று சொல்வோம். அது, இது, உது என்று மூன்றுவிதமான சுட்டுச் சொற்கள் இருக்கின்றன. பக்கத்தில் இருக்கிறதை இது என்றும், தொலைவில் இருக்கிறதை அது என்றும், மேலே இருப்பதை உது என்றும் சொல்வது வழக்கம். 'உது' என்ற சொல் தமிழ்நாட்டில் வழக்கொழிந்துவிட்டாலும், யாழ்ப்பாணத்தில் இன்னும் வழக்கில் இருக்கிறது. இறைவன் மனத்திற்கும் பொறிக்கும் அப்பால் இருப்பதால் அவன் என்று சொல்கிறோம். வேதம் அவனை எப்படிச் சொல்கிறது? அது என்று சொல்கிறது. வாக்கினாலே சுட்டிக்காட்ட முடியாதவன்; ஆகையாலே, 'அநுபவத்திலே நீயே கண்டுகொள்' என்று சொல்கிறது. அவனைச் சொல்லித் தெரிந்து கொள்ள முடியாது. அவனால் வரும் இன்பத்தையும் சொல்ல முடியாது.

"அதுவானால் அதுவாவர் அதுவே சொல்லும்"

என்கிறார் தாயுமானவர். வேதம் சொல் மயம். சொல்லுக்குள் அடங்காதவனை அதனால் சொல்ல முடியாது. சொல்ல முடியாவிட்டால் அதனால் என்ன பயன் என்று தோன்றும். நேரே சொல்லாவிட்டாலும், ஏதோ ஒரு வகையில் குறிப்பாகப் புலப்படுத்துகிறது.

ஓர் அகதி விடுதியில் பத்து ஆண்கள் இருக்கிறார்கள். தன் கணவனைக் காணாத ஒரு பெண் அங்கே வருகிறாள். ஓர் அதிகாரி அந்தப் பெண்ணிடம், "இவன் உன் கணவனா? இவன் உன் கணவனா?" என்று கேட்டு வருகிறார். "இவன் அல்ல, இவன் அல்ல" என்று சொல்லிக் கொண்டே வருவாள். அந்தப் பத்துப் பேர்களுள் ஒருவன் அவளுடைய கணவன்.

அவனைச் சுட்டிக்காட்டி, "இவன் உன் கணவனா?" என்று கேட்கும்போது அவள் மௌனமாகத் தலைகுனிந்து கொண்டு விடுவாள். அந்த மௌனத்தின் பொருள் என்ன? "இவன் என் கணவன்" என்பதே பொருள். பல பல பொருள்களை விரித்து விரித்துப் பேசுகிற வேதம் இறைவனைப் பற்றிச் சொல்ல வந்த இடத்திலே மௌனம் சாதிக்கிறது.

நேதி

வேதம் மற்றப் பொருளைப் பற்றிச் சொல்லி இறைவனை அவை அல்லாத ஒருவன் என்று கூறி மறைமுகமாக எதிர்மறை வாயிலாகச் சுட்டுகிறது. "ந இதி, ந இதி'' என்று சொல்கிறது. 'இது அன்று, இது அன்று' என்று பலபல பொருள்களை எல்லாம் மறுத்து ஒதுக்கிவிடுகிறது. இதை நேதி களைந்து பார்த்தல் என்று வேதாந்திகள் சொல்வார்கள். இதைப் பரஞ் சோதியார் சொல்கிறார்.

"அல்லை ஈதல்லை ஈதென மறைகளும் அன்மைச்
சொல்லி னால்துதித் திளைக்குமிச் சுந்தரன்."

வேதம் எல்லாவற்றையும் அறிந்திருக்கிறது. எல்லாவற்றையும் அக்கு வேராக ஆணிவேராக அறிவிக்கிறது. ஆனால் ஆண்டவனை நேரே சுட்டாமல், "நீ இப்பொருளும் அல்ல, இப் பொருளும் அல்ல" என்று சொல்லித் துதித்து இளைத்துப் போகிறதாம்.

எதிர்மறைத் துதி

இறைவனை, "இது அல்ல, இது அல்ல" என்று சொல்வது எப்படித் தோத்திரமாகும் என்ற கேள்வி எழலாம். நாம் வாழ்கின்ற பேட்டைக்கு ஒரு நல்ல அதிகாரி வருகிறார்.

அவருக்கு வரவேற்புப் பத்திரம் வாசித்து அளிக்கிறோம். 'உங்களுக்கு முன்பு இருந்தவர்கள் லஞ்சம் வாங்கியதுபோல நீங்கள் வாங்குவது இல்லை; உங்களுக்கு முன்பு இருந்தவர்கள் தங்களுக்கு வேண்டியவர்களுக்கு வேலை வாங்கிக் கொடுத்தது போல நீங்கள் செய்வது இல்லை; அவர்கள் சொத்துத் தேடிக் கொண்டதுபோல நீங்கள் தேடிக் கொள்ளவில்லை" என்று சொல்கிறோம். அவருக்கு அது இல்லை, இது இல்லை என்று சொன்னாலும் அவை அவருக்குப் பெருமையையே உண்டு பண்ணுகின்றன. குற்றம் இல்லாமல் இருப்பதே பெரிய குணம். "உங்களிடத்தில் இந்தக் குற்றங்கள் இல்லை" என்று சொல்வதே அவரிடத்தில் நிறையக் குணங்கள் இருக்கின்றன என்று துதித்தது ஆகும்.

இறைவனைப் பற்றி வரையறை செய்யப் புகுந்து மேலும் மேலும், "இதுவா, அதுவா?' என்று கேட்கும் கேள்வி வளர்ந்து கொண்டே போகும். அது அல்ல; அது அல்ல என்று விடையும் எல்லையின்றி விரிந்துகொண்டே போகும்.

வேதம் ஏன் அப்படி அவன் அல்ல என்று சொல்ல வேண்டும்? அவன் அல்லாத பொருளை அவன் என்று நினைக்கிறோம். ஞான விசாரத்தினால், "அது அவன் அல்ல; அது அவன் அல்ல" என்று தெரிந்து விலகிக் கொண்டே வந்தால், அதுபவப் பொருளாக அவன் இருப்பதை உணரலாம். காலத்தினாலும், இடத்தினாலும் வளர்ந்து வரும் பொருள் அத்தனையும் அவன் அல்ல என்று சொல்ல முடியும். அதனால்தான், "இது அல்ல, இது அல்ல" என்று சொல்லிச் சொல்லி அதற்கு முற்றுப் புள்ளியே இல்லாமல் இளைத்துப் போய் வேதம் நிற்கிறதேயொழிய, இவன் இத்தகையவன் என்று திட்டமாகச் சொல்லவில்லை.

அன்மைச் சொல்

வேதம் சொல்லுகிறதைப் போலவே அருணகிரியார் அன்மைச் சொல்லால் இந்தப் பாடலைச் சொல்கிறார். "ஆண்டவன் எனக்கு உபதேசித்தது ஒன்று உண்டு" என்று முதலில் சொல்கிறார். "அந்த ஒன்றைச் சொல்லுங்கள்" என்று சொன்னால், "அது அன்று; இது இன்று" என்று அடுக்குகிறார்.

தேன் என்று பாகுஎன்று உவமிக்
கொனாமொழித் தெய்வவள்ளி
கோன், அன்று எனக்குஉப
தேசித்தது ஒன்றுஉண்டு.

"வள்ளிமணாளன் எனக்கு உபதேசித்தது ஒன்று உண்டு" என்று உண்டு என்ற வார்த்தையை ஒரு முறை சொன்னார். அப்புறம் எத்தனை 'அன்று' சொல்கிறார் பாருங்கள்:

கூறவற்றோ?
வான்அன்று, கால்அன்று, தீஅன்று
நீர்அன்று, மண்ணும் அன்று,
தானன்று, நான்அன்று,
அசரீரிஅன்று, சரீரிஅன்றே.

உண்டு என்ற வார்த்தையை ஒரு முறை சொன்னவர் 'அன்று' என்ற வார்த்தையை ஒன்பது முறை சொல்லிவிட்டார். இந்தப் பாட்டில் அவ்வளவுதான் அடங்கும்; ஆதலால் ஒன்பதுமுறை சொல்லி நிறுத்தினார். மேலும் சொல்லிக் கொண்டே போனால் பாட்டு நீளமாகப் போகும். வேதமே, அன்று, அன்று என்று சொல்லி இளைக்கிறது என்றால், அருணகிரிநாதர் எவ்வாறு முற்றும் சொல்ல முடியும்? உண்டு என்றால் ஒன்று சொன்னால் போதும். அன்று என்றால் அந்த வரிசைக்குக்

கணக்கில்லை; முடிவில்லை; சொல்லிக்கொண்டே இருக்கலாம்.

வள்ளி நாயகி

தாம் அடைந்த இன்ப அநுபவத்தைச் சொல்ல வருகிற பொழுதெல்லாம், அருணகிரியாருக்கு வள்ளி பெருமாட்டியின் நினைவும் உடன் வரும். ஆறாவது பாட்டில், அரும்பும் தனிப் பரமானந்தம் பற்றிச் சொன்னார். அந்த இன்பத்தைத் தரக் கூடியவன் குறப் பெண்ணாகிய வள்ளியம்மையிடம் தான் இன்பம் அடைபவனைப் போலச் சென்ற குமரன் என்று, வள்ளியம்மையைச் சேர்த்துக் சொன்னார். சாதாரணமாகப் பாலை வெள்ளிக் கிண்ணியில் வைக்கிறோம். மண் குடுவையில் கள்ளை வைக்கிறார்கள். பாலை மண் குடுவையில் வைத்தால் அது கள்ளாகிவிடுமா? எந்தப் பாத்திரத்தில் இருந்தாலும் பால் பாலாகத்தான் இருக்கும். ஆண்டவன் எந்த வேஷம் போட்டாலும், காம மயக்கம் உடையவன் போலத் தோன்றினாலும், அவன் பேரின்ப நலத்தையே வழங்குகிறான். எம்பெருமான் வள்ளி நாயகியிடம் காம மயக்கம் உடையவனைப் போல ஓடி வந்தாலும், அவளைத் தடுத்தாட் கொண்டு பேரின்பத்தையே வழங்கினான். இதைப் பலவிடங்களில் நினைப்பூட்டுகிறார் அருணகிரியார். இங்கே தமக்கு ஒன்று உபதேசித்தவன் வள்ளி மணாளன் என்று சொல்கிறார்.

தேன்என்று பாகுஎன்று உவமிக்
கொணாமொழித் தெய்வவள்ளி
கோன் அன்று எனக்குஉப தேசித்த
தொன்றுஉண்டு

வள்ளி குறமகளாக வளர்ந்தாலும் திருமாலின் மகளாதலின், தெய்வத் தன்மை உடையவள். ஒரு பெண்ணைச் சிறப்பிக்கும்

போது அவள் குணத்தைச் சொல்லலாம்; அவள் அங்க நலங்களை வருணிக்கலாம். ஆனால் அங்க நலங்கள் மனிதர்களுக்கே உரிய சிறப்பல்ல. உள்ளம் என்பது மனிதர்களுக்கு இருப்பதுபோலவே மற்ற விலங்குகளுக்கும் இருக்கிறது. அவை நினைக்கின்றன; ஆனால் சொல்லத் தெரிவதில்லை. மனிதர்கள் சிறப்பு அடைவதற்குக் காரணம் உள்ளத்தில் இருப்பதை உரைக்கக் கூடிய சக்தி இருப்பதுதான். வள்ளிநாயகியின் சிறப்பைச் சொல்லவந்தவர் அப்பெருமாட்டியினுடைய மொழியின் இனிமையை எடுத்து உரைக்கிறார்.

மொழி இனிமை

வள்ளியெம்பெருமாட்டி தினைப்புனத்தைக காவல் செய்கிறாள். முருகன் மரத்தின் இடுக்கில் ஒளிந்து கொண்டிருக்கிறான். அவளது உடலும், உள்ளமும் அவனுக்குத் தெரியவில்லை. அவள் ஆலோலம் பாடிக் கொண்டிருக்கிறாள். அந்த இனிமையான மொழி அவன் காதில் விழுகிறது. "அடடா இவள் குரல் எவ்வளவு இனிமையாக இருக்கிறது. தேன் போன்றது, பாகு போன்றது என்று உவமித்துச் சொல்லொணாததாக அல்லவா இருக்கிறது?" என்று அவன் நினைக்கிறான். மகளிர் மொழியை தேன் என்றும், பாகு என்றும் உவமித்துச் சொல்வது வழக்கம். வள்ளி நாயகியின் மொழியை அவ்வாறு உவமித்த இடங்கள் இருக்கின்றன.

தேன்மொழி

வைத்தீசுவரன் கோயிலில் எழுந்தருளியிருக்கும் முத்துக்குமார சுவாமி பிள்ளைத் தமிழில் வள்ளியின் மொழியைத் தேனென்று கூறுகிறார் குமரகுருபரர். அழகான பாட்டாதலால் அதை இப்போது சிறிது பார்க்கலாம்.

ராமலட்சுமணர்கள் ராவண சங்காரம் செய்துவிட்டுத் தம் பாவங்களைப் போக்குவதற்காக வைத்தீசுவரன் கோயிலுக்கு வந்து பூசை பண்ணினார்களாம். அத்தகைய சிறப்புடைய தலம் அது. அங்கே எழுந்தருளியிருக்கிற வைத்தியநாதப் பெருமானையும், அவனுடைய அருட்சக்தியாகிய பாலாம்பிகையையும் பார்க்க வேண்டுமென்று திரிமூர்த்திகள் வருகிறார்கள். தேவரும் முனிவரும் பக்தருமாகப் பலர் எம்பெருமானது கோயில், வாசலிலே வரிசையாக நின்று கொண்டிருக்கிறார்கள். வைத்தியர் வீட்டிலும், மந்திரம் போடுகிறவர் வீட்டிலும் எப்போதும் கூட்டம் இருப்பதற்குக் கேட்க வேண்டுமா? வைத்தியநாதப் பெருமான் ஒரு பெரிய வைத்தியர். தையல் நாயகியோ பெரிய மந்திரக்காரி. தீராத நோயுடையவர்கள் டாக்டரிடம் வந்து ஆக வேண்டும். தீராத வினை தீர்த்த தம்பிரான் என்று வைத்தியநாத சுவாமிக்குப் பெயர். பேய் பிசாசு பிடித்தவர்கள் மந்திரக்காரி வீட்டுக்கு வராமல் என்ன செய்வது? தையல்நாயகி சந்நிதியில் பேய்கள் ஆடும். அவர்கள் வீட்டில் எந்தக் காலத்திலும் கூட்டத்திற்குப் பஞ்சம் இராது. மும்மூர்த்திகளும் அவர்களுடைய தரிசனத்திற்காக வந்து காத்திருக்கிறார்கள். ஆனால் வாசலிலே பெரிய கூட்டம் நிற்கின்றது. அந்த வரிசையில் நின்றால் அவர்களுடைய தரிசனம் கிடைப்பதற்கு நெடுங்காலம் ஆகும் போல் இருக்கிறது. என்ன செய்வது என்று தெரியாமல் திகைத்து நிற்கிறார்கள்.

அப்பொழுது ஒருவர் வருகிறார். "திரிமூர்த்திகளாகிய நீங்களா இங்கே காத்துக் கொண்டிருக்கிறீர்கள்? எம்பெருமானையும் எம் பெருமாட்டியையும் காண்பதற்கு நான் உங்களுக்கு ஒரு தந்திரம் சொல்லித் தருகிறேன். இந்த இரண்டு பேரையும் பார்ப்பதற்கு பதிலாக இவர்களுடைய அன்புக்கு உரியவரான ஒருவரைப் பார்த்தாலே போதுமே அது உங்களுக்கு தெரியாதா? இதோ இருக்கிறானே, முத்துக்குமாரசுவாமி. இவன் வைத்தீசுவரப் பெருமானுக்கும் தையல் நாயகிக்கும் அருமருந்து போன்றவன்; அமிருதம் போல இருக்கிறவன்.

இவனைத் தரிசித்துக் கொள்ளலாம்'' என்று சொல்கிறார். அந்த மூன்று பேரும் அதைக் கேட்டு உடனே அந்தக் குழந்தையைப் பார்க்கப் போகிறார்கள். "குழந்தையிடத்தில் போவதானால் அதிகச் சிரமம் இல்லை. கொஞ்சம் வாழைப்பழம், தேங்காய் முதலியவற்றை வாங்கிக் கொண்டு போய்விட்டால் அவன் தரிசனம் எளிதில் கிடைத்து விடும்" என்று எண்ணி அவர்கள் முருகன் கோயிலுக்குப் போகிறார்கள். அங்கும் காத்துக் கிடக்கும்படி ஆகிவிட்டது. அவன் எங்கே போனான்? தினைக் கொல்லையைக் காவல்புரிகின்ற வள்ளியைத் தேடி ஓடி வருகிறான். "அவள் ஒரு வார்த்தை சொல்ல மாட்டாளா? அதைக் கேட்க மாட்டோமா?" என்று ஏங்கி நிற்கிறான். அவள் வாயிலிருந்து எப்பொழுது வார்த்தை உதிரும் என்று காத்துக் கொண்டிருக்கிறான். அவளுடைய தேனூறு கிளவிக்கு வாயூறி நிற்கிறானாம்.

"மீனேறு குண்டகழி தீவாய் மடுத்ததனி
வில்லியார் இளவலோடும்
விதிமுறை வணங்கச் சடாயுபுரி யிற்கருணை
வெள்ளமென வீற்றிருக்கும்
ஆனே றுயர்த்திட்ட ஐயற்கும் அம்மைக்கும்
அருமருந் தாகிநின்ற

ஆதிப் பிரான் என்று மும்முதற் கடவுளும்
ஆடித்தொழும் பாற்றமற்க்
கூனேறு மதிநுதல் தெய்வக் குறப்பெண்
குறிப்பறிந் தருகணைந்துன்
குற்றேவல் செய்யக் கடைக்கண் பணிக்கெனக்
குறையிரந் தவள் தொண்டைவாய்த்
தேனுறு கிளவிக்கு வாயூறி நின்றவன்
செங்கீரை ஆடியருளே
செத்துப் பிறக்கின்ற தெய்வங்கள் மணவாள

செங்கீரை ஆடியருளே."

பாகு மொழி

குமரகுருபரர் இந்தப் பாட்டில் வள்ளிநாயகியின் மொழிக்குத் தேனை உவமையாக்கினார். அருணகிரிநாதர் அந்த மொழிக்குப் பாகையும் உவமை கூறினார்.

"கரங்கமல மின தரம் பவளம்வளைகளம் பகழிவிழி மொழிபாகு

கரும்பமுது முலைகுரும்பை குருகுபகரும் பிடியினிடை எயின்மாது"

என்பது திருப்புகழ். வேறு ஓரிடத்தில், "பாகு கனி மொழி மாது குறமகள்" என்று பாடுகிறார். எம்பெருமானுக்குப் பாகு கொடுக்கும் போது வள்ளிநாயகி இங்கித மொழி பேசிக் கொடுத்தால் அந்தப் பாகும் கனிந்துவிடுமாம். பாகு கனிவதற்குக் காரணமான மொழி, பாகுக்கும் சுவை மிகச் செய்யும் மொழி என்று பொருள் செய்வது சிறப்பாக இருக்கும். பாகையும் கனியையும் போன்ற மொழி என்றும் சொல்லலாம். இப்படித்தேன் என்றும், பாகு என்றும் வள்ளியின் மொழிக்கு உவமைகளைக் கூறுவது புலவர் வழக்கம். அருணகிரிநாதருக்கு அந்த உவமைகளால் திருப்தி உண்டாகவில்லை. "ஏதோ அவசரத்தில் உபமானம் சொல்லிவிட்டோம். வள்ளியெம்பெருமாட்டியின் மொழிக்கு உபமானம் சொல்வது தவறு" என்று சொல்கிறவரைப் போல இப்போதும் பாடுகிறார்.

"தேன் என்று பாகு என்று உவமிக்கொணா மொழித் தெய்வ வள்ளி" என்கிறார். எம்பெருமானது பேரின்ப அநுபவத்தைப் பெற்றவள் வள்ளி; அவள் தெய்வத் தன்மை பொருந்தியவள். முருகனே கும்பிடும் தெய்வம் அல்லவா?

அன்று

அன்று எனக்கு உபதேசித்தது ஒன்று உண்டு.

அன்று என்பது அந்த நாள் என்று குறிக்கும் சுட்டுச் சொல். முன்னாலே ஒரு நாளைக் குறிப்பிட்டுப் பின்பு அன்று என்று சுட்டினால் இன்ன நாள் என்று தெரியும். இங்கே அருணகிரியார் எந்த நாளைக் குறிப்பிடுகிறார்? இதற்கு முன்னே இன்ன நாள் என்று குறிப்பிட்டிருக்கிறாரா? அப்படி ஒன்றும் இல்லை.

மூவகைச் சுட்டு

இங்கே கொஞ்சம் இலக்கணத்தைப் பார்க்கலாம். "ராவணனை அவன் கொன்றான்'' என்றால் எவன் கொன்றான் என்பது நமக்குத் தெரியும். ராமன் ராவணனைக் கொன்றான் என்பது உலகு அறிந்த உண்மை. "அந்தக் காந்தி இருந்தாரே" என்றால் அந்த என்பது யாரைச் சுட்டுகிறது என்பது உலகத்திற்குத் தெரியும். அத்தகைய சுட்டுக்கு உலகறி சுட்டு என்று பெயர். "அவன் அன்றி ஓரணுவும் அசையாது" என்றால் அவன் என்பது "யாரைச் சுட்டுகிறது?" இறைவனைச் சுட்டுகிறது. இது உலகத்திற்குத் தெரியும். ஆகவே உலகறிச் சுட்டு.

"அன்றைக்கு ராவணனை ராமன் கொன்றான்" என்பதில் அன்று என்பது பழைய காலத்தைச் சுட்டுகிறது. "அந்தக் காலம்" என்பதில் வரும் அந்த என்பதும் அத்தகையதே. இது பண்டறிச் சுட்டு.

"என் கல்யாணத்தன்று" என்று ஒரு பெண் தோழி ஒருத்தியிடம் சொல்கிறாள். அந்தப் பெண்ணின் கல்யாணம் என்றைக்கு ஆயிற்று என்று உலகத்திற்குத் தெரியாது; அந்தத் தோழிக்கும் தெரியாது. இது உலகறி சுட்டும் அல்ல; பண்டறிச் சுட்டும் அல்ல. என்றைக்குக் கல்யாணம் ஆயிற்று என்பது அந்தப் பெண்ணின் மனத்திற்கு மாத்திரம் தெரியும். இதற்கு நெஞ்சறி சுட்டு என்று பெயர். "அன்று எனக்கு உபதேசித்தது" என்ற அருணகியார் கூறுவதில் உள்ள அன்று என்பது நெஞ்சறி சுட்டு. அவர் சுட்டும் நாள் அவர் நெஞ்சுக்குத்தான் தெரியும்.

உபதேசம்

"வள்ளிகோன் அன்று உபதேசித்தது ஒன்று உண்டு" என்று முருகன் தமக்கு உபதேசித்தாகச் சொல்கிறார். ஒரு மாணாக்கனுக்கு ஒரு நூலில் ஒன்று விளங்கவில்லை. அதை ஆசிரியன் விளங்கும்படியாகச் சொல்கிறான். நூலிலுள்ள பொருள் விளங்க வில்லையானால் அதற்கு உரை கூறி விளக்குகிறான். இவையாவும் உபதேசங்களே. வேறு சிலர் மந்திரங்களை உபதேசிக்கிறார்கள். மந்திர குருவினுடைய உபதேசத்தையே பெரும்பாலும் உபதேசம் என்று நாம் வழங்கி வருகிறோம். உலகம் நிலையாதது என்பதையும் இறைவன் நிலை இன்னதென்பதையும் வேறு சமய உண்மைகளையும் ஒரு பெரியவர் சொல்கிறார். அவரும் உபதேசம் செய்கிறவரே. சமயப் பிரச்சாரம் செய்கிறவரை உபதேசியார் என்று சிலர் சொல்கிறார்கள்.

இத்தனை உபதேசங்களும் அறிவிலே தெளிவாகப் பதிகின்றன. முன்பு தெரியாமல் குழம்பியிருந்த அறிவில் இப்போது உபதேசத்தால் தெளிவு உண்டாகிறது; உபதேசித்த பொருள் பதிகிறது. அதன் பயனாக உபதேசம் பெற்றவர்கள் மற்றவர்களுக்கும் அந்தப் பொருளை விளக்கும் ஆற்றல் பெறுகிறார்கள். தாம் உபதேசத்தால் அறிந்த ஒன்றைப் பிறருக்குச் சொல்லும் வன்மை அவர்களுக்கு அமைகிறது.

அவர் பெற்ற உபதேசம் அப்படிச் சொல்லும் எல்லைக்குள் அடங்கியிருப்பது.

இங்கே, வள்ளிகோன் உபதேசித்தது எப்படி? எதை உபதேசித்தான்? அவன் அறிவிலே பதியும் உபதேசத்தோடு நிற்கவில்லை. அறிவிலே தெளிவுண்டாக்கும் உபதேசம் பிறருக்கு மீட்டும் சொல்லத்தக்க இயல்பை உடையது. "முருகன் தங்களுக்கு உபதேசம் செய்த அந்த ஒன்றை எங்களுக்குச் சொல்லுங்கள்" என்று அருணகிரியாரைக் கேட்டால் அவர், "அந்தோ! அதைக் கூற இயலாதே! கூறும் வன்மை எனக்கு இல்லையே! கூறத்தக்க வன்மையுடையவர்களின் வன்மைக்கு அகப்பட்டது அல்லவே!" என்று சொல்கிறார். "கூறவற்றோ?" என்று பாட்டில் வருகிறது. ஏன் அப்படிச் சொல்கிறார்?

அறிவு, அநுபவம் என்று இரண்டு உண்டு. மனத்தின் பகுதி அறிவு. புத்தியில் பதிகின்ற தெளிவே அறிவு விளக்கம். முருகன் செய்த உபதேசம் அநுபவத்தை உண்டாக்கியது. அறிவின் எல்லைக்கு அப்பாற்பட்டது அநுபவம். அநுபவம் வரும்போது அறிவு செயலற்று நின்றுவிடுகிறது.

சில இடங்களில் ஞானம் என்று அநுபவ உணர்வைக் குறிப்பிடுவதுண்டு. அங்கே அநுபவம் வேறு, ஞானம் வேறு என்ற பிரிவே இல்லை. அநுபவமே ஞானம்; ஞானமே அநுபவம். மனம் கடந்த நிலை அது.

முருகன் உபதேசித்தது, அறிவிலே பதிகிற உபதேசம் அன்று; உயிரிலே பதிந்த அநுபவம். அந்த அநுபவம் உண்டாகும்படி செய்ததையே இங்கே உபதேசித்ததாகச் சொன்னார். அதனால் தான், "அது கூறும் வன்மைக்கு அகப்பட்டதா?" என்கிறார்.

அநுபவ உணர்வு நுட்பமானது. நுட்பமானவற்றை உப மானத்தாலும் உருவகத்தாலும் சொல்வது வழக்கம். அப்படியாவது இந்த அநுபவத்தை, வள்ளிகோன் உபதேசித்த ஒன்றை, சொல்லிவிட முடியுமா?

வான் அன்று

எல்லாப் பூதங்களையும் தனக்குள் அடக்கி வைத்திருப்பதுவான்; நுட்பமானது; சுட்டிக்காட்ட இயலாதது. "நீங்கள் சொல்கின்ற ஒன்று இந்த வானோ?" என்றால் "வான் அன்று" என்கிறார்.

கால் அன்று

அப்படியானால் மிகவும் இனிமையாக இருப்பது, வெப்பத்தைப் போக்குவது காற்று அல்லவா? அருணகிரியார் பெற்ற அநுபவம் காற்றுப் போல இருக்கிறதா? பிறவியாகிய வெப்பத்தைத் தீர்ப்பதற்கு ஆண்டவன் அருள் தென்றல் காற்றாக வரும் என்கிறார்களே.

"வீசு தென்றலும்"

என்று அப்பர் சொன்னாரே! அந்தக் காற்றை உபமானமாகச் சொல்லலாமா? இப்படிக் கேட்டால், "கால் அன்று" என்கிறார். கால் - காற்று. அந்த இன்ப அநுபவத்தைக் காற்று என்றும் சொல்ல முடியாது.

தீ அன்று

இருக்கின்ற மாசுகளைக் களைவதே இன்பம் என்று சொல்வார்கள். நீரினாலே ஓரளவு மாசுகளைக் களைய

முடியும். தீயோ பொருள்களின் மாசுகளைப் போக்கிப் பரிசுத்தத்தைப் தருகின்றவற்றில் சிறந்தது. அந்த அக்கினியை உபமானமாகச் சொல்லலாமா? அதையும் சொல்லக் கூடாது. "தீ அன்று."

நீர் அன்று

அப்படியானால், அப்புவை அமிருதம் என்று சொல்கிறார்கள். உண்பாருக்கு நல்ல உணவுகளை உளவாக்கி, அவற்றை உண்கிறவர்களுக்குத் தானும் உணவானது நீர்.

"துப்பார்க்குத் துப்பாய துப்பாக்கித் துப்பார்க்குத்

துப்பாய தூஉம் மழை"

என்கிறார் வள்ளுவர். நெல்லை விளைப்பதற்குத் தண்ணீர் வேண்டியிருக்கிறது. நெல்லிலிருந்து அரிசியைக் குத்தி எடுத்தால் அதைச் சோறு ஆக்கத் தண்ணீர் வேண்டும். சாப்பிட நாம் உட்கார்ந்தவுடன் தாய் ஒரு பாத்திரத்தில் நீரைப் பக்கத்தில் கொண்டுவந்து வைத்துவிட்டுச் சாதம் போடுகிறாள். சாப்பிடுகிறவனுடைய உணவுப் பொருளையும் தண்ணீர் உண்டாக்கிக் கொடுக்கிறதோடு சாப்பிடுகிறவனுக்குத் தானேயும் தனித்து உணவாகிறது. ஆகையால் மிகச் சிறப்பானது தண்ணிர் என்று அநுபவத்தில் காண்கிறோம்.

சில காலத்திற்கு முன்னால் மேல்நாட்டிலிருந்து பெரிய விஞ்ஞானி ஒருவர் வந்தார். ஸர்.ஸி.வி. ராமன் அவரிடம் திடீரென்று, "நீங்கள் அமிருதத்தைப் பார்த்திருக்கிறீர்களா?" என்று கேட்டார். அவர் சற்றே யோசனை செய்தார். "ஸ்ரீ ராமன் சுத்தமான தண்ணீர் (*Pure and Simple water*) என்றார். ஆகவே, நீங்கள் அடைந்த அநுபவம் தண்ணீர் போன்றதா?" என்று கேட்டால் "நீர் அன்று" என்கிறார்.

மண் அன்று

சரி. உயிர்கள் உடம்பு எடுத்துப் பக்குவத்தை அடைகின்றன. உடம்புக்கு ஆதாரமாக இருப்பது பூமி. தரை என்று அதற்குப் பெயர். தரை என்பதற்குத் தாங்குவது என்று பொருள். தனக்குத் துன்பம் செய்கிறவனையும் அது தாங்குகிறது. தன்னைவெட்டுகிறவனையும் தாங்குகிறது.

"அகழ்வாரைத் தாங்கும் நிலம்"

என்கிறார் வள்ளுவர்.

பூமிக்கு வசுந்தரா என்றும் ஒரு பெயர் உண்டு. வசு என்றால் செல்வம். பலவகையான செல்வங்களை அவள் தன் மடிக்குள் வைத்திருக்கிறாள். சிலர் பணத்தைக்கூடப் பூமியில் புதைத்து வைத்திருக்கிறார்கள். நெய்வேலியில் நிலக்கரி கிடைக்கிறது. கோலாரில் தங்கம் கிடைக்கிறது. இப்படி வெள்ளி, தங்கம், நிலக்கரி, வைரம் ஆகிய எல்லாவற்றையும் பூமி தனக்குள் வைத்திருக்கிறது. தன் வயிற்றில் செல்வத்தை எல்லாம் தாங்குபவள் ஆதலால் வசுந்தரா என்ற பெயர் பூமிக்கு வந்தது. "அத்தகைய பூமியை நீங்கள் அடைந்த அநுபவத்திற்கு ஒப்பாகச் சொல்லலாமா?" என்றால், "மண்ணும் அன்று" என்கிறார்.

இவ்வாறு ஐம்பூதங்களும் அன்று என்று சொல்வதன் வாயிலாகத் தாம் பெற்ற அநுபவம் பூதங்களுக்கும் அப்பாற் பட்டது என்று உணர்த்தினார். ஐம்பூதங்களாலும் வாழ்க்கையில் நமக்கு அநுபவம் உண்டாகிறது. அவர் அடைந்தது அந்த அநுபவம் அன்று.

அதோடு நிற்கவில்லை. மேலும் அன்று அன்று என்று சொல்கிறார்.

தான் அன்று, நான் அன்று, அசரீரி அன்று சரி அன்றே.

தான் என்பதற்கு அவன் என்று பொருள். அவன் என்று சுட்டும் பொருளும் அன்று அந்த அநுபவம். "அப்படியானால் எனக்குத் தெரிந்தது நான்தான். நான் ஆகுமோ?" என்றால், "நான் அன்று" என்கிறார்.

தான் நான் என்னும் இரண்டும் இனச் சொற்கள். இனத்தைச் சுட்டும் வரையில் பேதம் உண்டு. "யான்தான் எனும் சொல் இரண்டுங் கெட்டாலன்றி யாவருக்கும் தோன்றாது சத்தியம்" என்று அருணகிரியார் கூறுவார். தான், நான் என்று சொல்கின்ற பேத உணர்ச்சி இருக்கிற வரைக்கும் அநுபவம் இல்லை. இந்த இரண்டும் கெட்டாலன்றி அவன் அருளைப் பெற முடியாதாம். நான், நீ, தான் என்னும் மூன்றும் ஓர் இனச் சொற்கள் மூன்று இடங்களைக் குறிப்பவை. நான் என்பது தன்மை; நீ என்பது முன்னிலை; தான் என்பது படர்க்கை. பகல் என்று சொன்னால் இரவு இருக்கிறது என்பது குறிப்பால் தெரியும். வேண்டியவன் இருக்கிறான் என்று சொன்னால் வேண்டாதவனும் இருக்கிறான் என்று ஆகும். அதைப் போலவே, தான் என்று சொன்னால் நான், நீ என்பவற்றையும் நினைக்கச் செய்யும்.

முதலில் சொன்ன பஞ்சபூதங்களும் முன்னே உள்ள பொருள்கள்; முன்னிலைக்குச் சமமானவை. அவற்றினூடே வாழ்கின்ற நாம் தன்மை, இறைவன் அவன் என்னும் படர்க்கை. இந்த மூன்று இடங்களுக்கும் அப்பாற்பட்ட அநுபவத்தை அருணகிரிநாதர் பெற்றார். அவன் என்ற

படர்க்கையாகக் காணாமல் பெற்ற அநுபவம் ஆதலால் தானும் அன்று என்றார்.

இப்படி அன்று, அன்று என, முன்னிலை, படர்க்கை, தன்மை என்பவற்றை மறுத்துவிட்டுக் கடைசியில் மிகச் சுருக்கமாகச் சொல்லி முடிக்கிறார். உருவம் படைத்த எதையும் உபமானமாகச் சொல்ல முடியாது; உருவம் இல்லாததையும் சொல்வது பொருந்தாது' என்று சொல்கிறார்.

அசரீரி அன்று, சரீரி அன்றே.

சுட்டிக் காட்டலாகாத பொருளை எப்படிச் சொல்வது? வேதமே இது அன்று, இது அன்று என்று சொல்லும்போது அவர் எப்படிச் சொல்ல முடியும்? அவர் சொல்லவில்லை என்பதனால் அவருக்கு ஒரு குறைபாடு உண்டாகாது. அவர் சொல்லிவிட்டாரானால் அது அவர் அநுபவத்திற்கு ஒரு குறைபாடு. "கண்டவர் விண்டிலர் விண்டவர் கண்டிலர்" என்பது அல்லவா வழக்கு? வேதத்தினால் சொல்ல முடியாத ஒன்றை இவர் சொல்லிவிட்டார் என்பதனால் அவர் அநுபவத்திற்குப் பெருமை ஏற்படாது; அவர் அநுபவம் சந்தேகத்திற்குரியது என்றே தோன்றும். எல்லாவற்றையும் நன்கு உணர்ந்துள்ள வேதம் சொல்வதைப் போலவே சொன்னார் இவர்; ஆகவே இவர் அடைந்த அநுபவம் சத்தியம் என்று தெரிகிறது.

தேன்என்று பாகுஎன்று உவமிக்
கொணாமொழித் தெய்வவள்ளி
கோன்அன்று எனக்குஉப தேசித்தது
ஒன்றுஉண்டு, கூறவற்றோ?
வான்அன்று, கால்அன்று, தீஅன்று,
நீர்அன்று, மண்ணும் அன்று,

தான்அன்று, நான்அன்று, அசரீரிஅன்று,
சரிரீ அன்றே.

(தேன் என்றோ பாகு என்றோ உவமை கூற இயலாத இனிய மொழியையுடையவளும் தெய்வத்தன்மை உடையவளுமாகிய வள்ளி நாயகியினுடைய கணவன் அன்றைக்கு எனக்கு உபதேசித்தது ஒன்று உண்டு; அது கூறும் வன்மைக்கு உட்பட்டதோ? அது வானம் அன்று; காற்று அன்று; நெருப்பு அன்று; நீர் அன்று, மண்ணும் அன்று; அவன் அன்று; நான் அன்று; சரீரம் இல்லாதது அன்று; சரீரம் உடையதும் அன்று.

கோன்-தலைவன். அன்று: நெஞ்சறிசுட்டு. வற்றோ - வன்மையானதோ: வன்மைக்கு அகப்பட்டதோ)

சும்மா இருக்கும் எல்லை

அநுபவாதிசயம்

"இது அன்று, இது அன்று" சொல்லிக்கொண்டே வந்து ஒரு பாட்டை முடித்துத் தொடர்ந்து அந்தப் பட்டில், "சொல்ல முடியாத தாயிற்றே அது!" என்று கூறுகிறார் அருணகிரியார். அந்த இன்ப அநுபவத்தைச் சொல்லத் தொடங்கி அப்படியே நிறுத்திவிட்டு, "ஆஹா!" என்று வியப்படைகிறார்.

ஒரு குழந்தை இறந்துவிட்டது. அக்குழந்தையின் தாயிடம் பலர் சென்று, "நேற்றுக்கூட விளையாடிக் கொண்டிருந்தானே! எப்படி இறந்தான்?" எனத் துக்கம் கேட்கிறார்கள். தாய், "நேற்றுக்கூட விளையாடிக் கொண்டுதான் இருந்தான்...உம், ஆ... சாயங்காலம்கூட நன்றாகப் பேசிக் கொண்டிருந்தான்... உம். ஆ" என எல்லை மீறிய துக்கத்தினால் விஷயத்தைச் சொல்ல முடியாதவாறு இடை இடையே துன்பக் கொட்டாவி விடுவாள். எல்லை மீறிய இன்பம் அடைந்தவனும் இப்படித்தான் சொல்ல முடியாமல் திணறுவான். தாம் அடைந்த இன்ப அநுபவத்தைச் சொல்லும் அருணகிரியாருக்கு இடையிடையே வருகிறது அந்தக் கொட்டாவி. முதல் பாட்டிலேயே, "பேற்றைத் தவம் சற்றுமில்லாத என்னைப் பிரபஞ்சம் என்னும் சேற்றைக் கழிய வழி விட்டவா" என்று இந்த அநுபவாதிசயம் வெளியாயிற்று. இப்போது பார்க்கப் போகும் பாட்டில், "சொல்லுகைக்கு இல்லை என்று எல்லாம் இழந்து சும்மா இருக்கும் எல்லையுள் செல்ல எனைவிட்டவா!" என்று ஆச்சரியம் ததும்ப வெளிப் படுகிறது கொட்டாவி. "விட்டவாறு

என்னே!" என்று சொல்ல முடியாத இன்பத் திணறலைக் காண்கிறோம்.

சில அநுபவங்கள் சொல்ல முடியும்; கேட்டவர்களும் அநுபவிக்க முடியும். பழம் இனிக்கிறது என்று மாத்திரம் சொல்ல முடியும். எப்படி இனிக்கும் என்று ஒருவாறு சொல்ல முடியாது. பழத்தைத் தின்றால்தான் முடியும். ஆனால் ஆத்மாநுபவத்தைச் சொல்லவும் முடியாது; எல்லோரும் அநுபவிக்கவும் முடியாது.

இருவகை எல்லை

'நான் ஓர் எல்லைக்குள் இருந்தேன். பிறகு வேறொரு புதிய எல்லைக்குள் புகும்படி முருகன் அருள் செய்தான் என்று தொடங்குகிறார். அவர் முன்பு இருந்த எல்லை நாம் இப்போது இருக்கும் துன்பமான எல்லை; எதையும் வாக்கினாலே சொல்கிற எல்லை; ஒரு கணம்கூடச் சும்மா இருக்க முடியாத எல்லை. எப்பொழுதும் வேகத்தோடு வாழ்க்கை நடத்துகின்ற அந்த எல்லைக்குள் சும்மா செயலற்று இருக்கும் நிலை இல்லை. எங்கே திரும்பினாலும் ஒரே பேச்சுத்தான். சமய இயலானாலும், அரசியல் துறையானாலும், வியாபார விளம்பரமானாலும் ஒரே பேச்சுத் தான். சும்மா இருப்பதனால்தான் சுகம் என்பதைப் பற்றியே எப்போதும் பேசிக் கொண்டிருக்கும் இடம் இது! அருணகிரியார் புகுந்த எல்லை, எல்லாம் அடங்கிச் சும்மா இருக்கும் மோன நிலை.

எல்லாம் இழத்தல்

சும்மா இருக்கும் இடத்துக்கும், நாம் இருக்கிற இடத்துக்கும் நடுவில் ஓர் எல்லை உண்டு. "அந்த எல்லையைத் தாண்டி, சும்மா இருக்கும் எல்லைக்குள் செலுத்தினான்" என்கிறார். "அதைப்பற்றி எதுவும் சொல்லுகைக்கு இல்லை" என்கிறார்.

சொல்லுகைக்கு இல்லைஎன்று எல்லாம் இழந்து சும்
மாஇருக்கும்
எல்லையுட் செல்ல, எனைவிட்டவா!

இழப்பது என்பது நஷ்டம் அல்லவா? என்னிடம் இருந்த ஒன்றை இழந்துவிட்டேன் என்று சொன்னால் அது துக்கப்பட வேண்டிய நிலை. ஆனால், இங்கே இழந்ததைச் சிறப்பித்துப் பேசுகிறார். இழப்பது லாபம் என்று சொல்கிறவர் அருணகிரியார்.

"உல்லாச நிராகுல, யோகஇதச்
சல்லாப விநோதனும் நீஅலையோ?
எல்லாம்அற, என்னை இழந்தநலம்
சொல்லாய்முரு கா! சுர பூபதியே!"

என்று அவர் கந்தர் அநுபூதியில் பாடுகிறார். "எல்லாம் அற என்னையும் இழந்த நலம் எப்படி எனச் சொல்லாய், முருகா" என்று கேட்கிறார். எல்லாம் இழந்ததை நலம் என்கிறார்.

பாயசம் சாப்பிட்ட குழந்தை, "அம்மா பாயசம் சாப்பிட்டேனே; அது எப்படி இருந்தது சொல்லம்மா" என்று தாயைக் கேட்பது போல இருக்கிறது இது. அதைச் சுவைத்ததிலே தான் அடைந்த இன்பத்தைக் குழந்தையால் சொல்ல முடிவதில்லை. "உலக இன்பத்தை நுகர்வதற்குக் கருவியாக இருக்கும் கருவி கரணங்களை எல்லாம் இழந்தேன். அவற்றை இன்னவாறு இழந்தேன் என்று சொல்லக்கூட முடியாத வகையில் என்னையும் இழந்து விட்டேன். என்னையே இழந்த பிறகு நுகர்ந்ததை உணரவும், சொல்லவும் நான் இல்லையே! நீ இருக்கிறாய். ஆகையால்

நீதான் சொல்ல வேண்டும், முருகா!" என்று கேட்கிறார். எல்லாம் இழப்பதில் தன்னை இழந்ததும் அடங்கும்.

விழுப்புரம் ஸ்டேஷனில் நிறையக் கடைகள் வந்திருக்கின்றன என ஒருவர் கேள்விப்பட்டிருந்தார். ரெயிலில் போகும் போது விழுப்புரம் ஸ்டேஷனைப் பார்க்க வேண்டுமென்று எண்ணினார். ஆனால் சுகமாகக் காற்று வீசியதனால் தூங்கிப் போய்விட்டார். விழுப்புரம் தாண்டிய பிற்பாடுதான் விழித்துக் கொண்டார். அதனால் விழுப்புரம் ஸ்டேஷன் இன்னவாறு இருந்தது என்று அவரால் சொல்ல முடியவில்லை. அப்படி நான் என்ற ஒன்று எப்பொழுதும் விழிப்போடு இருந்தால், தான் அநுபவிக்கிற இன்பம் இன்னவாறு இருந்தது என்று சொல்லலாம். அருணகிரியார் அந்த நான் என்பதையும் இழந்துவிட்டார்; எல்லாவற்றுக்கும் சாட்சியாக இருக்கிற நான் என்பதை இழந்த நிலையிலே ஜீவசாட்சியாக இருக்கிற ஒருவன் ஆண்டவன்தான்.

பிறவிப் பிணி

உடலைப் பற்றியிருக்கிற நோய் நீங்கினால், உடலுக்கு இன்பம் உண்டு. நோய்க்கு இடம் கொடுக்கிற உடம்பு உண்டாவதே ஒரு நோய் அல்லவா? அதுதான் பிறவிப் பிணி. புழுக்கள், ரத்தம், சீழ் முதலியவை நிரம்பிய அசுத்தமான மலபாண்டமாகிய இது வருவது ஒரு நோய். ஜுரம், தலை வலி முதலானவை உடம்புக்கு வரும் நோய். பிறவி உயிருக்கு வரும் நோய்.

உலகில் பிறந்து புண்ணியம், பாவம் ஆகிய இரு வினைகளையும் செய்வதனால் பிறவி நோய் உண்டாகிறது. மனம், வாக்கு, காயம் ஆகியவற்றினாலே செய்கின்ற புண்ணிய பாவங்கள்தாம், உயிரைப் பிடிக்கும் நோய்க்குக் காரணம். புண்ணியம் செய்தல் எப்படி நோய்க்குக்

காரணமாகும் எனக் கேட்கலாம். புண்ணியம் செய்கின்றவர்கள் தேவர்களாகப் பிறந்திருக்கிறார்கள். பாவம் செய்கிறவர்கள் விலங்குகளாகவும், மனிதர்களாகவும் பிறக்கின்றார்கள். ஆகவே, பிறப்பு ஆகிய பிணி புண்ணியம், பாவம் ஆகிய இரு வினைகளையும் செய்வாருக்கு உண்டு. தங்கத்தினால் செய்த விலங்கைக் கைகளில் பூட்டினாலும், இரும்பினால் ஆன விலங்கைப் பூட்டினாலும் விலங்கு விலங்குதான். தங்கத்தினால் அமைந்த விலங்கு காப்பாகிவிடாது. காப்பாக இருந்தால் இரு கைகளையும் தனித்தனியே வீசி நடப்பதற்கு அநுகூலமாக இருக்கும்; இரு கைகளிலும் தனித்தனியே இருக்கும். புண்ணியம், பாவம் ஆகிய இருவினைகளிலும் ஏற்படுகின்ற நோயினால் உயிருக்குச் சுதந்தரத் தன்மை போய்விடுகிறது. இரண்டாலும் பிறப்பு ஏற்படுகின்றது. பிறப்பதனால் துன்பம் உண்டாகும்.

"இருள்சே ரிருவினையும் சேரா இறைவன்
பொருள்சேர் புகழ்புரிந்தார் மாட்டு"

என்கிறார் வள்ளுவர். இரண்டு வினைகளையும் இருள்சேர் வினை என்று சொல்கிறார். நாம் செய்கின்ற வினைகளான புண்ணியம், பாவம் ஆகியவற்றினால் உயிரைப் பற்றும் பிறப்பாகிய நோய் வருகின்றது. இறைவனை அடைந்தவர்களிடம் இந்த இருவினையும் சேரா. பிறப்புக்குக் காரணமானவை உடம்பினால் நாம் செய்கின்ற செயல், வாக்கினால் நாம் பேசுகின்ற பேச்சு, நெஞ்சினால் நாம் நினைக்கின்ற நினைப்பு என்பவை.

மூவகை மோனம்

பிறவி என்ற நோய் இல்லாமல் இருந்தால் இன்பம் உண்டாகும். நோய் தீர்ந்தால்தானே இன்பம்? ஆகவே நோய்க்குக் காரணமான செயல்கள் நழுவ வேண்டும்; மூன்று

கரணங்களும் செயல் இழந்து போக வேண்டும். மூன்று கரணங்களும்,செயலிழந்து போனால் புண்ணியம் இல்லை; பாவம் இல்லை. புண்ணிய பாவம் இல்லாமையினால் பிறவி நோய் இல்லை. மூன்று கரணங்களும் ஒருங்கே சும்மா இருக்க வேண்டும். ஓர் இடத்தைவிட்டு ஆடாமல் அசையாமல் இருப்பது உடம்பு சும்மா இருத்தல்; எதைப் பற்றியும் சிந்திக்காமல் இருப்பது மனம் சும்மா இருத்தல்; எதைப்பற்றியும் பேசாமல் இருப்பது வாக்கு சும்மா இருத்தல். இந்த மூன்றும் மூவகை மோனம்.

சும்மா இருப்பது

அருணகிரியார், "சும்மா இருக்கும் எல்லையுள் செல்ல என்னை விட்டவாறு என்னே" என்று அதிசயப்படுகிறார். பல இடங்களில் அவர் இதைப் பற்றிச் சொல்கிறார். "சும்மா இருப்பது என்ன அவ்வளவு அருமையானதா? சும்மா எதுவும் பேசாமல் இருப்பவர்கள் சோம்பேறிகள் அல்லவா?" என்ற கேள்வி எழலாம்.

ஓர் ஊரில் ஒரு சாமியார் இருந்தார். அவர் யாருடனும் எதுவும் பேசாமல் எப்பொழுதும் மௌனமாகவே ஒரு கோயில் திண்ணையில் அமர்ந்திருப்பார். அவருக்கு அந்தக் கோயில் நிர்வாகிகள் ஒரு பட்டைச் சாதம் தினமும் கொடுப்பது வழக்கம். புது நிர்வாகி ஒருவர் வந்தார். கணக்குகளைப் பார்க்கும்போது, "சும்மா இருக்கும் சாமியாருக்கு ஒரு பட்டை" என்று இருப்பதைக் கண்டார். அவருக்கு மிகவும் கோபம் வந்துவிட்டது. "சும்மா இருக்கிற சோம்பேறிகளுக்கு எதற்காகச் சோறு? இனி மேல் அந்தச் சாமியாருக்குச் சோறு கொடுக்கக்கூடாது" என்று உத்தரவு பிறப்பித்தார். சாமியாரிடம் மற்றவர்களுக்கு மரியாதை உண்டு. "அப்படிச் சொல்வது சரியல்ல" என்று அவர்கள் சொல்ல விரும்பினாலும் அதை எப்படிச் சொல்வது என்று தெரியவில்லை. மெல்ல நிதானமாக, "நீங்கள் அப்படி

நினைக்கக் கூடாது. சும்மா இருப்பது என்பது சுலபமான காரியம் அல்ல. புலன் ஒடுங்கிய ஞானிகளுக்குத்தான் அது சாத்தியம். அவர் பெரிய ஞானி" என்று அதிகாரியிடம் ஒருவர் சொல்ல ஆரம்பித்தார். "சும்மா இருப்பது என்ன ஐயா அருமை? நான் இன்று முழுவதும் யாருடனும் பேசாமல் சும்மா இருக்கிறேன், பாரும்" என்று பந்தயம் போட்டார் அந்த அதிகாரி. 'சரி' என மற்றவர்கள் விட்டுவிட்டார்கள். அதிகாரி, "இன்றைக்கு யாருடனும் பேசுவது இல்லை" என்ற விரதத்தோடு வீட்டுக்கு வந்தார். இது அவர் மனைவிக்குத் தெரியாது. அவர் வீட்டிற்குள் போவதற்குள்ளேயே, "இன்றைக்கு என்ன சமையல் பண்ணுவது? காய்கறி ஏதாவது வாங்கிக் கொண்டு வருகிறீர்களா?" எனக் கேட்டுக் கொண்டே வந்தாள். அவர் மௌனமாக உள்ளே போனார். அந்த அம்மாவுக்கு மிகவும் கோபம் வந்துவிட்டது. "சரிதான், பேசாவிட்டால் போங்களேன். என்ன சமைக்கிறது என்று கேட்டால் ஊமை போல் இருந்தால் என்ன அர்த்தம்? நானும் பேசாமல் இருந்துவிடுகிறேன்" எனக் கோபமாக உள்ளே போய்விட்டாள். இது ஏதடா வம்பாகப் போய்விட்டதே என்று அதிகாரி ஒன்றும் புரியாமல் மௌனமாகவே இருந்தார். "சாமி" எனக் கோயில் பூக்காரன் வந்தான். "இன்றைக்கு நிலைமாலை கட்ட வேண்டுமா? இல்லாவிட்டால் சரமாகவே கொண்டு வந்துவிடட்டுமா?" என்று கேட்டான். "போங்களடா என் உறுதியைக் குலைப்பவர்கள் போல ஏனடா நிற்கிறீர்கள்?" என்று சொல்ல வேண்டும்போல அவர் மனம் துடித்தது. வாய் பேசவில்லையே தவிர, கையையும் முகத்தையும் காட்டி ஏதோ சைகை செய்தார். அவனுக்கு ஒன்றும் புரியவில்லை. தலையைச் சொறிந்துகொண்டே நின்றான். "சாமி மாட்டைப் பட்டிக்குப் பிடித்துக்கொண்டு போய்விட்டார்கள்" என்று மாட்டுக்காரன் ஓடி வந்தான். அதிகாரியின் முகம் கோபத்தால் சிவந்து போய்விட்டது. உலகம் முழுவதும் அவர் மௌனத்தைக் குலைக்கக் கங்கணம் கட்டிக் கொண்டிருப்பது போலத் தோன்றியது.

அவருக்குத் தம்முடைய ஒரே ஒரு குழந்தையிடம் அன்பு மிகுதி. அந்தக் குழந்தை பள்ளிக்கூடம் போயிருக்கிறான் என எண்ணிக் கொண்டிருந்தார். ஆனால் பள்ளிக்கூடத்திலிருந்து ஒரு பையன் வந்தான். "மாமா, உங்கள் ராமு பள்ளிக்கூடம் வர வில்லையாம்; வாத்தியார் அழைத்து வரச் சொன்னார்" என்றான். உள்ளே மிகக் கோபமாக இருந்த அவருடைய மனைவியின் காதில் இது விழுந்தது. "ஐயையோ பள்ளிக்கூடம் போகிறேன் என்று அவன் எட்டு மணிக்கே போய்விட்டானே! எங்கே போனான்? கொஞ்சம் தேடிப் பாருங்களேன்" என்று அலறிக் கொண்டு ஓடி வந்தாள். "அப்படியா! எங்கே போயிருப்பான்? தனியாகவா போனான்?" என்று அதிகாரி பேசிவிட்டார். "என்னைக் கேட்டால் கொஞ்சம் போய்த்தான் பாருங்களேன்" என்று துடித்தாள் அவர் மனைவி. "டேய் வேலப்பா, டேய் சாமிநாதா, போய்க் குளம், குட்டையைப் பாருங்கடா; நான் பள்ளிக்கூடத்துக்குப் போய்ப் பார்த்து வருகிறேன்" என அந்தப் பையனை அழைத்துக் கொண்டு அதிகாரி வெளியே போய் விட்டார். சில மணி நேரம் எதுவும் பேசாமல் மௌனமாக இருப்பது எவ்வளவு கஷ்டம் என்பது அப்பொழுதான் அவருக்குத் தெரிந்தது. மறுநாள் கோயிலுக்கு வந்தவர், "சும்மா இருக்கிற சாமியாருக்கு இரண்டு பட்டைச் சோறு" என்று உத்தரவு போட்டுவிட்டார்.

மோன நிலைக்கு வழி

சும்மா இருப்பதை மோன நிலை என்று சொல்வார்கள். உடல் அசையாமல் இருப்பது காஷ்ட மௌனம்; வாக்குப் பேசாமல் இருப்பது வாங் மௌனம்; மனம் சிந்திக்காமல் இருப்பது மனோ மௌனம். இந்த மூன்று வகையான மௌனங்களும் ஒன்றுடன் ஒன்று தொடர்புடையன. மனம் ஓடாமல் நிற்கிற போதுதான் பேச்சு நிற்கும்; உடம்பு அசையாமல் இருக்கும்.

ஒருவன் கட்டை போலப் படுத்துத் தூங்கினான் என்றால் அது மௌனம் ஆகாது. இருவர் பட்டினி கிடக்கிறார்கள். ஒருவன் உண்பதற்கு எதுவும் இல்லை என்பதனால் பட்டினி கிடக்கிறான். மற்றவன் உண்பதற்கு மிகுதியான பொருள்கள் இருந்தும், ஏகாதசி என்பதனால் ஒன்றையும் உண்ணாது பட்டினி கிடக்கிறான். சாப்பிடுவதற்குப் பொருள் இருந்தும் எதையும் புசிக்காமல் இருப்பதே விரதம். அதைப்போல உடம்பில் உணர்ச்சி இருக்கும் பொழுது, தூண்டுதல் பல இருந்தாலும் ஜாக்கிரத்தில் எதுவும் செய்யாமல் எதுவும் பேசாமல், எதுவும் சிந்திக்காமல் உடம்பு, வாக்கு, மனம், யோகம், ஆசனம் முதலியவற்றால் உடம்பு அசையாமல் இருக்கப் பழகலாம். இது மோன நிலைக்கு முதற்படி. உடம்பும் வாக்கும் எப்பொழுது செயலற்று.. இருக்கும்? மனம் பலபல பொருள்களைப் பற்றிச் சிந்திக்காமல் ஏதேனும் ஒன்றைப் பற்றியே சிந்தித்தால்தான் இருக்கும். அதற்காகத்தான் தியானத்தை வைத்திருக்கிறார்கள். ஏதேனும் ஓர் உருவத்தை மனத்தில் இருத்திக்கொண்டு தியானம் செய்ய ஆரம்பித்தால் மனம் அடங்கி மனோலயம் ஏற்படும்.

மனோலயம் வந்த பிறகு மேலும் மேலும் சாதனம் செய்து, அடைவதை அடைந்தவர்களுக்கு மனோ நாசம் ஏற்பட்டுவிடும். ராமகிருஷ்ண பரமஹம்சர் இதற்கு மிகவும் தெளிவான உபமானம் சொல்லியிருக்கிறார். ஓர் உப்புப் பொம்மையைக் கொண்டு நீரின் ஆழத்தை அளக்கத் தொடங்கினால் அது கொஞ்சம் கொஞ்சமாகக் கீழே போய்க்கொண்டிருக்கும். நீரின் அடிக்குப் போவதற்குள் பொம்மை கரைந்து போய்விடும். அதுபோல மனத்திலே ஓர் உருவத்தை நினைத்து தியானம் செய்ய ஆரம்பித்தால் தியானம் பண்ணப் பண்ண உடம்பு அடங்கி, வாக்கு அடங்கிப் போகும். கடைசியில் மனத்தில் புதைத்துக் கொண்ட உருவமும் போய் மனம் நின்றுவிடும். இந்த நிலைதான் சும்மா இருக்கும் நிலை.

நாம் சும்மா இருப்பது மனோலயத்தை அடைவதற்கு. முதலில் ஒன்றை மனத்தில் வைத்து மற்றவற்றை மறக்கப் பழகி விட்டால் அந்த ஒன்றையும் கடைசியில் நினைக்காமல் சும்மா இருக்கும் நிலை வரும்.

"முருகக் கடவுள் சும்மா இருக்கும் எல்லைக்குள் என்னைச் செலுத்தினான்" என்றார் அருணகிரியார். எப்படி இந்த நிலை வந்தது? சொல்லுகைக்கு இல்லை. கை இருந்தும் அது எதையும் செய்யவில்லை. கண் இருந்தும் அது எதையும் பார்க்க வில்லை. உடம்பு இருந்தும் அது இயங்கவில்லை. வாக்கு இருந்தும் அது பேசவில்லை. மனம் இருந்தாலும் அது எதையும் சிந்திக்கவில்லை. எல்லாம் இருந்தும் சும்மா இருக்கும் நிலை அது.

வள்ளி நாயகன்

யார் அப்படி விட்டான்? அதைப் பிறகு சொல்கிறார்.

இகல் வேலன் நல்ல
கொல்லியைச் சேர்க்கின்ற சொல்லியைக்
கல்வரைக் கொவ்வைச் செவ்வாய்
வல்லியைப் புல்கின்ற மால்வரைத்
தோள் அண்ணல் வல்லபமே.

"என்னுடைய ஆற்றலால் நான் எதுவும் செய்யவில்லை. இறைவன் தன்னுடைய அருள் ஆற்றலால் என்னை அந்த எல்லைக்குள் விட்டான். நான் என்னையே இழந்துவிட்டதால் என்னுடைய முயற்சியின் பயனாக அங்கே போகவில்லை. எல்லாம் அற, என்னை இழந்த நலம் விளைவித்தவனாகிய முருகனே அந்த எல்லைக்குள் என்னைச் செலுத்தினான்.

அவனது அருள் வல்லமை இருக்கிறதே, அதுவே என்னைச் செல்ல விட்டது" என்கிறார்.

அவன் எத்தகையவன்? இகல் வேலன்; பகைவரோடு மாறுபட்டு எதிர்த்து வெல்லும் வேலைக் கையில் உடையவன்.

இறைவன் திருவருளினால் தாம் பெற்ற இன்ப அநுபவத்தை எடுத்துச் சொல்லும்போதெல்லாம் வள்ளியம்பெருமாட்டிக்கு கிடைத்த இன்பத்தையும் நினைப்பூட்டுவது அவர் வழக்கம். இதற்கு முன்பு பாட்டிலே அதைப் பார்த்தோம். உள்ளத்தில் அரும்பும் தனிப் பரமானந்தத்தைச் சொல்ல வந்தவர், "பெரும் பைம் புனத்தினுட் சிற்றேனல் காக்கின்ற பேதை கொங்கை விரும்பும் குமரன்'' என்று பேசினார். அப்படிச் சொல்லும்போது, 'வள்ளி கல்யாணம் என்பது சிற்றின்பக் காதல் அல்ல; பேரின்பக் காதல்; ஆண்டவன் வள்ளியம்பெருமாட்டியைத் தானே வலிய வந்து ஆட்கொண்டு அருள் வெள்ளத்தைப் பாய்ச்சினான்' என்பதையும் புலப்படுத்துகிறார். வள்ளி மணவாளப் பெருமாள் சிற்றின்பத்திற்கு நாயகன் அல்ல, அவன் பேரின்ப அநுபவம் தந்தவன் என்ற குறிப்புத் தோன்றப் பல இடங்களில் கூறுகிறார். இந்தப் பாட்டிலும் வள்ளியைப் பற்றிப் பேசுகிறார்.

வள்ளியின் மொழி

நல்ல கொல்லியைச் சேர்க்கின்ற சொல்லியை.

கொல்லி என்பதற்கு இரண்டு பொருள் உண்டு. ஆளைக் கொல்கின்ற நஞ்சுக்குக் கொல்லி என்று பெயர். மற்றொன்று ஒருவித ராகம்; பண். கொல்லி என்பதற்கு நஞ்சு என்ற பொருள் வரக்கூடாது என்பதற்காகவே, "நல்ல கொல்லி'

என்கிறார். நல்ல கொல்லிப் பண் எனப் பொருள் கொள்ள வேண்டும். காதுக்கு நல்லதாக, இனிமை தருவதாக இருக்கிற கொல்லிப்பண்ணைச் சேர்த்துப் பேசுகின்ற சொல்லை உடையவள் வள்ளி. அவளுடைய பேச்சானது கொல்லிப் பண்ணைப்போல இனிமையாக இருக்கும்.

கல்வரைக் கொவ்வைச் செவ்வாய் வல்லியை.

கல்வரை வல்லி, கொவ்வைச் செவ்வாய் வல்லி எனக் கொண்டு பொருள் கொள்ள வேண்டும். வாயிலிருந்து வரும் பேச்சும், அதைப் பேசும் வாயும் அழகையுடையன என்று பாராட்டுகிறார். அவள் கல் நிரம்பிய மலைகளிலே பிறந்தாள். அவள் சொல் கொல்லிப் பண்ணைப்போல இனிமையாக இருந்தது. கோவைப் பழம்போலச் சிவந்த வாயை உடையவள் அவள். கற்கள் நிரம்பிய மலை நாட்டிலே பிறந்தாலும், வள்ளியெம்பெருமாட்டியின் மொழி உள்ளத்தைக் கரைக்கின்ற கொல்லிப் பண்ணைப் போன்றது. அவள் பேச்சிலே முருகன் மயங்கினான். ஆதலால் அவளுடைய அழகில் வேறு எதையும் சொல்லாமல் அருணகிரியார் அவள் சொல்லையே சொல்கிறார். "தேன் என்று பாகு என்று உவமிக்கொணா மொழித் தெய்வ வள்ளி" என்று இதற்கு முந்திய பாட்டிலும் குறிப்பித்தார் அல்லவா? அவளுடைய பேச்சுக்காக ஏங்கி நின்றவன் ஆதலால் அதன் சிறப்பை எடுத்துச் சொன்னார்.

அவள் மொழியைக் கேட்க வேண்டுமென்று என்ன என்ன காரியம் செய்தான்! அவளுக்குக் கோபத்தை ஊட்டிப் பேச வைத்தான். மகிழ்ச்சியை உண்டாக்கிப் பேச வைத்தான். அவள் வாயைத் திறந்து ஏதேனும் சொல்ல மாட்டாளா என ஏங்கினான். அவள் வாக்கிலிருந்து எந்தப் பேச்சு வந்தாலும் இன்பமாக இருந்தது; கொல்லிப் பண்ணைப்போல இருந்தது. குயில் அழுகிறது; சிரிக்கிறது; சண்டை போடுகிறது. அது நமக்குத் தெரியாது. அதன் வாயிலிருந்து எது வந்தாலும் அது

நமக்குப் பாட்டுத்தான். வீணை வாசித்தால் மிக இனிமையாக இருக்கிறது. தூக்கத்தில் பக்கத்தில் இருக்கிற வீணையின்மேல் கையைத் தூக்கிப் போடும்போது 'டங்' என ஒலி வந்தாலும் அது காதுக்கு இனிமையாக்த்தான் இருக்கும். அப்படி வள்ளியின் வாயிலிருந்து எந்தச் சொல் வந்தாலும் கொல்லிப் பண்ணைப்போல இருந்ததாம்.

முதலில் வள்ளிநாயகி அவனோடு பேசாமல் மௌனம் சாதித்தாள். அவளுக்கு கோபத்தை உண்டுபண்ணி அவளைப் பேச வைத்தான் முருகன். பேசிக் கொண்டிருந்த அருணகிரி யாரைச் சும்மா இருக்கும் எல்லையுள் செல்லவிட்டவன் யாரோ, அவனே சும்மா இருந்த வள்ளியம்மையைப் பேச வைத்தான்.

பேச்சும் மோனமும்

மோன நிலை திடீரென்று வந்துவிடாது. பல பல பொருள்களைப் பற்றி பேசிக் கொண்டிருக்கும் வழக்கத்தை மாற்றி இறைவனைப் பற்றி மிகுதியாகப் பேசிப் பழக வேண்டும்.

"பெரும்பற்றப் புலியூ ரானைப்
பேசாத நாள்எல்லாம் பிறவா நாளே"

என்று அப்பர் சொன்னார். வாய் படைத்த பயன் இறைவனை வாழ்த்துவது. மற்ற மற்றக் காரியங்கள் எல்லாம் மெல்ல மெல்ல ஒடுங்க, இறைவனைப் பற்றியே சதா சிந்தித்துக்கொண்டு, அவன் புகழைப்பற்றியே பேசி வர வேண்டும். வாய் படைத்தும், அவனைப் பற்றிப் பேசாமல் இருப்பது என்ன மௌனம்? பலவீன மௌனம். மற்றவற்றைப் பற்றிச் சண்டப் பிரசண்டமாகப் பேசிவிட்டு இதில் மட்டும் மௌனம் சாதிப்பது நல்ல தன்று. இறைவன்

நாமத்தைச் சொல்லவிடாமல் தடுப்பது நாணம்; மௌன சாதனையன்று. தன்னைச் சுற்றி உள்ளவர்களை நினைத்துக் கொண்டிருக்கும் போது நாணம் இருக்கும். சொல்வதன் பொருளை நினைத்தால் நாணம் விலகும். நாணம் இருந்தால் இன்பம் இல்லை. இறைவனது திருநாமத்தைச் சொல்வதற்கு நாணினால் இன்ப அநுபவம் கிடைக்காது.

நாணத்தை விட்டுவிட்டு இறைவன் நாமத்தை நாம் சொல்ல வேண்டும். "கூட்டத்திலே கோவிந்தா போடுவது" என்பார்கள். நாலு பேர்களுக்கு மத்தியில் நாமும் சேர்ந்து கூட்டத்தோடு கூட்டமாக இறைவன் நாமத்தைக் கூறினால் நமது அபஸ்வரம் புலப்படாது. பல பேர்களுடைய குரலுக்குள் அது கலந்து போய் விடும். இப்படியே சொல்லிச் சொல்லிப் பழகினால் கடைசியில் தனியாக இருந்து அவன் நாமத்தைக் கூறிக் கதற முடியும். அவன் நாமத்தை உள்ளத்தோடு கலந்து, உணர்ச்சி ததும்பச் சொல்ல வேண்டும். அப்படி வாயார அவன் புகழைப் பாடிப் பழகினால் மௌன நிலை தானே சித்திக்கும். தர்மபத்தினியுடன் இல்லறம் நடத்தி வருகின்றவனைச் சந்நியாசிக்குச் சமமானவன் என்று சொல்வார்கள். அதுபோல இறைவன் பேச்சைத் தவிரப் பிற இழிவான, அவலமான பேச்சுக்களைப் பேசாமல் இருப்பது மௌனத்திற்குச் சமானம். இந்த நிலையை அடுத்து உள்ளத்திற்குள்ளேயே இறைவன் நாமத்தைச் சொல்லும் மௌன நிலை வரும். அப்பால் சொல்லுகைக்கு இல்லை என்று சும்மா இருக்கும் நிலை வரும்.

பேசப் பேச இனிக்கிற பொருள் ஆண்டவன். ஆண்டவனைப் பற்றியே பேசிக்கொண்டிருந்தால், அந்தப் பேச்சு முடிந்த எல்லையிலே மோனம் தலைப்படும். மௌனம் அநுபவத்திற்கு அறிகுறி.

ஒரு பெண் பேசிக்கொண்டே இருக்கிறாள். வாசலில் கணவன் வருகின்ற காலடி ஓசை கேட்ட மாத்திரத்தில் வாய் அடங்கி

விடும். இதைப் போலவே, இன்ப அநுபவம் தலைப்படும்போது தவ நெறியில் மோனம் தலைப்படும். அதுவரைக்கும் இறைவனைப் பற்றியே பேசிக்கொண்டுதான் இருக்க வேண்டும்.

மோனமும் அநுபவமும்

ஒரு தலைவியைப் பிரிந்து அவள் நாயகன் ஊருக்குப் போகிறான். வர மூன்று நாள் ஆகும் எனச் சொல்லிப் போகிறான். அவன் பிரிவினால் அவளுக்குத் துன்பம் உண்டாகிறது. போகும்போது, "உடம்பைப் பார்த்துக் கொள்ளுங்கள். தவறாமல் கடிதம் போடுங்கள்" என்று சொல்லி அனுப்புகிறாள். அவளுக்குத் துணையாக அடுத்த வீட்டுப் பெண் அவள் வீட்டிலேயே தங்கி இருக்கிறாள். தலைவன் ஊருக்குப் போனது முதல் தலைவி தன் தலைவனுடைய குணங்களைப் பற்றியே பேசிக் கொண்டிருக்கிறாள். இரண்டு நாளாயின; கடிதம் ஒன்றும் இல்லை. ஒரு நிமிஷம் அவளுக்கு ஒரு யுகமாகப் போய்க்கொண்டிருக்கிறது. தலைவன் சொல்லியபடி ஊரிலிருந்து வரவில்லை. தலைவிக்குப் பெருங்கோபம் வந்துவிட்டது. "இவர் எப்போதும் இப்படித்தான். சொன்னால் சொன்னபடி நடப்பதில்லை. கடிதம்கூடப் போடுவதில்லை. வரட்டும் சொல்கிறேன்; என்ன பண்ணுகிறேன் பார்" என்று பக்கத்து வீட்டுப் பெண்ணிடம் சொல்கிறாள். ஊரிலிருந்து தலைவன் வந்தவுடன் ஒரு பெரிய சண்டை நடக்கப் போகிறது என்று அந்தத் தோழி நினைக்கிறாள்.

அவன் மறுநாள் வந்துவிட்டான். அவன் வரும் பொழுதே அந்தக் காதலியின் முகத்தில் புன்முறுவல் அரும்பிவிட்டது. எதுவும் பேசாமல் தலைவனுக்குக் காபி போட உள்ளே போய்விட்டாள். பெரிய சண்டை ஆரம்பமாகப் போகிறது என்று நினைத்துக் கொண்டிருந்த தோழிக்குப் பெரிய ஏமாற்றம். 'என்ன என்னவோ கேட்கப் போகிறேன்' எனச்

சொல்லிய தலைவி எதுவும் பேசாமல் மௌனமாக இருப்பது அவளுக்கு விந்தையாக இருந்தது. அவன் வெளியில் போனவுடன் மெள்ளப் போய்த் தலைவியை, "நீ ஏதோ சண்டைப் போடப் போவதாகச் சொன்னாயே; உன் கணவனிடம் நிறையக் குற்றங்கள் இருப்பதாக அடுக்கினாயே! ஒன்றையும் கேட்காமல் மௌனமாகவே இருந்துவிட்டாயே?" என்று கேட்கிறாள். அவள் தோழிக்கு விடை சொல்கிறாள். திருக்குறளில் அந்த விடை ஒரு பாட்டாக இருக்கிறது.

"எழுதுங்கால் கோல்காணாக் கண்ணேபோல் கொண்கன்

பழிகாணேன் கண்ட விடத்து."

பெண்கள் மை இட்டுக் கொள்வது வழக்கம். அதற்காக ஒரு கோல் வைத்திருப்பார்கள். அது தந்தத்தினாலோ, தங்கத்தினாலோ அமைந்திருக்கும். தூர இருக்கும்பொழுது அது தந்தமா, தங்கமா என்பது நன்றாகத் தெரிகிறது. ஆனால் மை தீட்டுவதற்கு அதைக் கண் அருகில் கொண்டு போய்விட்டால் அந்தக் கோல் தெரிவதில்லை. அதுபோலக் கணவன் அருகில் இல்லாதபோது அவன் குறைபாடுகள் தெரிந்தன. ஆனால் அருகில் வந்தபோது, "எழுதுங் கால் கோல் காணாக் கண்ணேபோல் அவன் பழியை நான் காண்பதில்லை" என்கிறாள். நாயகன் அருகில் வந்துவிட்டால் பேச்சு அடங்கிவிடுகிறது. எதுவும் சொல்லத் தோன்றுவதில்லை.

இறைவனை உணராத காலத்தில் அவன்பால் பல குறைகளைச் சொல்லத் தோன்றும். "கடவுளுக்குக் கண் இருந்தால் இப்படி நடக்குமா? என் வேண்டுகோளுக்கு அவன் இரங்காமல் இருக்கிறானே" என்றெல்லாம் பலர் பேசக் கேட்கிறோம். அதைக் கேட்டு, அவர்களுக்குக் கடவுளிடத்தில் பக்தி இல்லையோ என்று நினைக்கத் தோன்றும். இது பக்தியினால் ஏற்படுகின்ற தாபத்தின் விளைவு. அதனால் பல

பழிச் சொற்கள் வெளிப்படுகின்றன. இறைவனது அருள் கிடைத்துவிட்டால், தாபம் அடங்கிய தன்மை பிறந்துவிட்டால், பேச்சு எங்கே வரும்? எல்லாம் இழந்த நலம் பிறக்கும்.

வள்ளியின் தன்மை

'கல்வரைக் கொவ்வைச்செவ்வாய்

வல்லியைப் புல்கின்ற மால்வரைத் தோள் அண்ணல்

வல்லபமே.'

கற்கள் நிரம்பிய மலையில் பிறந்த வள்ளியை, கோவைப் பழம் போலச் சிவந்த வாயை உடைய வள்ளியை, தன்னுடைய பெரிய மலை போன்ற தோளில் அணைந்தான் முருகன். வள்ளி வாழ்ந்தது மலை. அவள் அடைந்ததும் மலைதான். குறமகளாகக் கல் மலையில் வாழ்ந்து கொண்டிருக்கும் வரையிலும் அவளுக்கு இன்பம் இல்லை; துன்பந்தான் இருந்தது. முருகனது தோளாகிய மலையை அடைந்தவுடன் இன்பம் உண்டாயிற்று. உயிரானது ஒன்றோடு இணைந்தே இருக்கும். பாசத்தோடாவது பதியோடாவது சேர்ந்தே இருக்கும். பாசத்தோடு இணைந்திருக்கிற வரையில் அதற்குத் துன்பந்தான். பதியோடு இணைந்துவிட்டால் இன்பம் உண்டாகும். கல் நிரம்பிய மலைகளிலே உறைந்திருந்த வள்ளியின் நிலை, ஆன்மா பாசத்தோடு இணைந்திருப்பதற்கு ஒப்பானது. வள்ளி முருகப் பெருமானது மலை போன்ற புயங்களின் அணைப்பைப் பெற்ற நிலை ஆன்மா பதியை அடைந்ததற்குச் சமானம்.

"கொல்லிப் பண்ணைப் போன்ற இனிமையான சொல்லை உடையவளும், சிவந்த வாயை உடையவளும் மலையில் பிறந்த வளுமாகிய வள்ளியை, தன் புயங்களாகிய மலையில் முருகன் அணைந்தான். அவன் அருள் வல்லமை இருக்கிறதே,

அது என்னைப் பேச்சு அற்ற மோன நிலையான சும்மா இருக்கிற எல்லைக்குள் செல்ல விட்டது; எல்லாம் இழந்த இன்ப நலத்தை அளித்தது" என்கிறார் அருணகிரியார்.

சொல்லுகைக்கு இல்லைஎன்று எல்லாம்
இழந்துசும் மாஇருக்கும்
எல்லையுள் செல்ல எனைவிட்ட
வா! இகல் வேலன் நல்ல
கொல்லியைச் சேர்க்கின்ற சொல்லியைக்
கல்வரைக் கொவ்வைச்செவ்வாய்
வல்லியைப் புல்கின்ற மால்வரைத்
தோள் அண்ணல் வல்லபமே!

(பகைவரோடு போராடுகின்ற வேலையுடைய முருகன், கேட்பதற்கு இனிய கொல்லிப் பண்ணின் தன்மையைச் சேர்க்கின்ற சொல்லையுடையவளும், கற்களையுடைய மலையில் இருந்தவளும், கொவ்வைப்பழம் போன்ற சிவந்த வாயையுடையவளுமாகிய வள்ளி நாயகியைத் தழுவுகின்ற பெரிய மலை போன்ற தோள்களையுடைய பெருமை பெற்ற முருகனுடைய அருள் வல்லமை, சொல்வதற்கு இல்லை என்று கருவி கரணங்களெல்லாம் நழுவ அவற்றை இழந்து சும்மா இருக்கும் எல்லைக்குள்ளே செல்லும்படி என்னை விட்டவாறு என்ன ஆச்சரியம்!

விட்டவா-விட்டவாறு என்னே! இகல்-இகலுகின்ற; பகைவரோடு மாறுபடுகின்ற, கொல்லி-ஒரு பண். வரை-மலை. வல்லி-வள்ளிநாயகி. புல்கின்ற-அணைகின்ற; புல்குகின்ற என்பது செய்யுளை நோக்கி விகார மாயிற்று. மால்-பெருமை. வல்லபம்-ஆற்றல். வல்லபம் விட்டவா!)

மயிலின் வேகம்

1

முருகன் பெருமை அவனைச் சுற்றி சூழ இருக்கிற பொருள்களிடத்திலும் பிரதிபலிக்கும். சூரியன் இயல்பான தேசு உடையவன். சந்திர மண்டலம் என்பது பூமியைப் போன்றது தான். சந்திரனுக்கு இயற்கையான ஒளி இல்லை. சூரியனுடைய ஒளியை வாங்கி அது பிரதிபலிக்கச் செய்கிறது என்று விஞ்ஞானிகள் சொல்கிறார்கள். மெய்ஞ்ஞானிகள் என்ன சொல்கிறார்கள்? எம்பெருமான் இயற்கையான காந்தியை உடையவன். அவனிடம் உள்ள அருள் ஆற்றலைப் பெற்றுத் தாமும் ஒளிரும் பண்பு அவனைச் சுற்றிக் சூழ இருக்கிற பொருள்களுக்கும் உண்டு என்கிறார்கள். இறைவனோடு சார்ந்த அவை அவனிடம் உள்ள அருள் ஆற்றலில் பங்கு கொண்டு அவன் சக்தியை வெளிப்படுத்துகின்றன. முருகப் பெருமானுக்கு வாகனமாக இருக்கிற மயில், கொடியாக இருக்கிற கோழி, ஆயுதமாக இருக்கிற வேல் ஆகிய எல்லாம் அவனுடைய சார்பினால் தெய்வத் தன்மையும் ஆற்றலும் பெற்று விளங்குகின்றன.

வேலும் மயிலும்

அருணகிரிநாதப் பெருமான் கந்தர் அநுபூதி முதற்பாட்டில், "இறைவா, நான் உன்னை வணங்க வேண்டும்" என்று சொல்லவில்லை. "என் வாழ்நாள் முழுவதும் ஓர் உத்தியோகம் வேண்டும்; பாடிக்கொண்டே இருக்கிற உத்தியோகம் வேண்டும்" என்றார்.

"பாடும் பணியே பணியா அருள்வாய்."

எதைப் பாடுகின்ற பணியை அவர் வேண்டுகிறார் தெரியுமா?

***"ஆடும் பரிவேல் அணிசே வல்எனப்
பாடும் பணியே பணியா அருள்வாய்."***

'முருகா, உன் வாகனமாக ஆடிக்கொண்டிருக்கிற மயிலையும், உன் ஆயுதமாகிய வேலையும், உன்னுடைய கொடியாகிய சேவலையும் பாடுவதையே என்னுடைய பணியாக நீ அருள் செய்ய வேண்டும்', என்று கேட்கிறார்.

எவ்வளவு அறிவுடைய தந்தையாகவேனும் இருக்கட்டும்; தம்மிடம் மாத்திரம் அன்பு வைத்துவிட்டு, தம்மைச் சார்ந்த மகனிடத்தில் வெறுப்பைக் காட்டுகிறவனிடம் முழு அன்பையும் செலுத்த முற்படுவாரா? தம்மிடம் காட்டுகிற அன்பையே தம் குழந்தைகள்பாலும் காட்டுகிறவனிடந்தான் நாட்டம் இருக்கும். அதுபோல இறைவனிடத்தில் அன்பு செலுத்தினால் போதாது. அவனோடு சார்ந்திருக்கும் பொருள்களிடத்திலும் அன்பு உடையவர்களாக இருக்க வேண்டியது அவசியம்.

முருகனைப் போற்றுவது போலவே அவனிடத்தில் உள்ள வேலையும், மயிலையும், கோழிக் கொடியையும் அடியார்கள் போற்றி வந்தார்கள். தமிழ்நாட்டில் பழங்கால முதலே வேலுக்கும் மயிலுக்கும் மிகச் சிறந்த நிலையைக் கொடுத்திருக்கிறார்கள். மந்திரங்கள் என்று சொல்லப்படுவன வடமொழியில்தான் இருக்க வேண்டும் என்பது இல்லை. தமிழிலும் மந்திரம் உண்டு. பாம்பு மந்திரம், காமாலைப் போக்கும் மந்திரம் முதலியன தமிழில் உள்ளன. 'வேலும் மயிலும்' என்பதும் பழங்காலம் தொட்டு வழங்கி வருகின்ற ஒரு மந்திரம். இதைச் சதா சொல்லிக் கொண்டே இருப்பவன் இடும்பன். சிவபெருமானுக்குக் காவல் காக்கின்ற நந்தியம்பெருமான் எப்படி ஒரு சிறந்த தொண்டரோ

அவ்வாறே முருகப் பெருமானுக்குப் பெரிய தொண்டனாக இருப்பவன் இடும்பன். முருகப் பெருமான் கோயிலில் இடும்பனுக்கும் தனியே ஒரு சந்நிதி இருக்கும். இடும்பன் சிவகிரி, சக்திகிரி ஆகிய இரு மலைகளையும் காவடியாகக் கட்டித் தோளில் தூக்கிச் சென்றான். சிவகிரிதான் பழனி என்ற திருப் பெயருடன் இன்றும் நின்று நிலவுகிறது. அவன் இரு மலைகளையும் தோளில் கட்டி எடுத்துச் சென்றதனால்தான் முருகனுக்கு காவடி எடுக்கும் சம்பிரதாயம் வந்தது. காவடி எடுக்கின்ற வழியைக் காட்டிக் கொடுத்த ஆசிரியன் இடும்பன். அவன், 'வேலும் மயிலும்' என்று சதா சொல்லிக்கொண்டே இருக்கிறவனாம். "வேலும் மயிலும் துணை" என்று சிலர் எழுதுவது பழக்கம். துணை என்று போட வேண்டியதுகூட இல்லை. 'வேலும் மயிலும்' என்பதே ஒரு மகாமந்திரமாக இருக்கிறது. இது இன்று நேற்று வந்த வழக்கம் அல்ல. மிகப் பண்டைக் காலம் முதற்கொண்டு வழங்கி வருகிறது. இலக்கியம் அதற்குச் சான்று.

பரிபாடலில்

சங்க நூல்களில் பரிபாடல் என்பது ஒன்று. அதில் திருப்பரங்குன்றத்தைப் பற்றி ஒரு பெரும் புலவர் பாடுகிறார்.

எம்பெருமானுடைய திருவருளினால் நல்ல கணவனைப் பெற்ற காதலி ஒருத்தி இல்லறம் நடத்துகிறாள். அவளுக்கு ஒரு சமயம் தன் நாயகன் மேல் சந்தேகம் வந்தது. திருப்பரங்குன்றம் சென்று பரத்தை ஒருத்தியோடு அளவளாவி வருவதாக அவள் தன் கணவனை ஐயுற்று அதனால் ஊடல் கொள்கிறாள். தலைவன் இதை உணர்ந்து கொள்கிறான். தன்னை அப்படிச் சந்தேகிக்கக் காரணம் இல்லை என்று வற்புறுத்தி ஆணை இடுகிறான். ஆணை இடும்போது தெய்வத்தின் பெயரைக் கூறி ஆணை இடுவார்கள்; தெய்வத்திற்குச் சமானமான பெரியவர்களின் பெயரைச் சொல்லி ஆணை இடுவார்கள்; அல்லது தம்

பெயரிலேயே ஆணை இடுவார்கள். தான் பரத்தையர்பால் செல்லவில்லை என்பதற்கு இந்தக் கணவன் தன் நாயகியிடம், "வேல் மேல் ஆணை; மயில் மேல் ஆணை'' என்று சொல்கிறான்.

காதலிக்குப் பக்கத்தில் இருந்து ஆறுதல் அளித்து வருகின்ற தோழி அதைக் கேட்கிறாள். தன்னுடைய தலைவியின் நாயகன் திருப்பரங்குன்றம் போய்ப் பரத்தையருடன் இருந்து வருகிறான் என்றே அவளும் நினைக்கிறாள். 'அக்குற்றத்தைச் செய்ததோடன்றி, அப்படிச் செய்யவில்லை என்று வேலையும் மயிலையும் நினைத்து ஆணை இடுகிறானே! இது பெரும் பாவம் அல்லவா? இந்தப் பொய்யாணையினால் இவனுக்கு இன்னும் என்ன என்ன தீங்கு ஏற்படுமோ?' என அஞ்சுகிறாள். "நீ எதை வேண்டுமானாலும் நினைந்து சூளுரை சொல். வேலையும் மயிலையும் சொல்லிச் சூளுறாதே" என்கிறாள். முருகனுக்கு அருகில் இருப்பவை அவை. ஆதலின் அவற்றுக்கு அஞ்ச வேண்டும். பழங் காலம் முதற்கொண்டே வேலையும், மயிலையும் புகழ்கின்ற வழக்கம் உண்டு என்பதை இது காட்டுகிறது.

பிரணவ உருவம்

எம்பெருமானுக்குரிய வாகனமாகிய மயில் பல வகையில் சிறப்புடையது. ஆடும் மயில், வட்ட வடிவமாகத் தன் தோகையை விரித்துக் கொண்டு, ஒரு காலைச் சற்றுத் தூக்கிய வண்ணம் இருக்கும். அப்போது அதன் முழு உருவத்தையும் கூர்ந்து பார்த்தால் ஓங்காரம்போலத் தோன்றும்.

பிரணவ சொரூபியாக இருப்பவன் முருகப் பெருமான். அதன் பொருளாகவும் இருக்கிறான். அதன் பொருளைத் தந்தைக்கு உபதேசம் செய்த குருநாதனாகவும் இருக்கிறான். ஒளியும்

ஒலியும் கலந்த அதனூடே ஒளிர்கிறான். ஒலி ஒளி இரண்டும் கலந்தது பிரணவம்.

"ஓங்காரத்து உள்ஒளிக்கு உள்ளே முருகன் உருவம்கண்டு துங்கார்"

என அருணகிரியார் பின்பு ஒரு பாட்டில் சொல்கிறார். ஓங்கார சொரூபியாகிய முருகன் ஓங்கார உருவமான மயிலின் மீது எழுந்தருளி இருக்கிறான். இந்தத் தத்துவத்தை ஆடும் பரியாகிய மயில் காட்டுகிறது. முருகன் ஞான சொரூபி. அவன் ஏறி இருக்கிற வாகனமாகிய மயில் பிரணவ சொரூபம்.

"ஆன தனிமந்த்ர ரூப நிலைகொண்ட
தாடுமயில் என்ப தறியேனே!"

என்பது திருப்புகழ். எல்லா மந்திரங்களுக்கும் மேலான மந்திரமாக, ஒப்பற்ற மந்திரமாக, தனி மந்திரமாக இருப்பது பிரணவம். அதன் உருவத்தைப் பெற்றது தோகை விரித்து ஆடும் மயில்.

பாசப் பாம்பு

நம் மனத்தில் பாசம் என்ற கட்டு இருக்கிறது. பாசம் பாம்பைப் போன்றது. அந்தப் பாம்பைப் போக்க வேண்டுமென்றால் பாம்புக்குப் பகையான ஒன்று வேண்டும்; நமக்குப் பயம் கொடுக்காமல், பார்ப்பதற்கு எழிலாக, பாம்புக்கு அச்சத்தைத் தரக்கூடிய ஒன்று வேண்டும். அதுதான் மயில். மயில் பார்ப்பதற்கு அழகாக இருக்கிறது. தோகை விரித்து ஆடுகையில் மிக மிக அழகாக இருக்கிறது. ஆனால் அது பாம்புக்குப் பகை. எம் பெருமான் அமர்ந்திருக்கின்ற மயிலின் திருவுருவத்தைப் பாருங்கள். அதன் காலில் ஒரு

பாம்பு இருக்கும். வளைந்து கொண்டு இருக்கிற பாம்பை மயில் கொத்திக் கொத்தி அடக்குகிறது. பாசம் என்ற பாம்பை அடியோடு ஒழிக்கக் கூடிய பிரணவ தத்துவமாக மயில் விளங்குகிறது. அது மட்டும் அன்று.

வாசி யோகம்

நமது உடம்பில் ஆறு ஆதாரங்கள் உண்டு. மூலாதாரம், சுவாதிஷ்டானம், மணிபூரகம், அநாகதம், விசுத்தி, ஆக்ஞை ஆகிய அந்த ஆறில் முதலாவது மூலாதாரம். முதுகுத்தண்டினூடே ஓடுகிற நடு நரம்புக்கு சுழுமுனை என்று பெயர். அது இந்த ஆறு ஆதாரங்களையும் உருவிச் செல்கின்றது. மூலாதாரத்தில் உள்ள அக்கினியை எழுப்பி மேலே ஏற்றி ஆறு ஆதாரமும் கடந்து ஸஹஸ்ராரம் வரைக்கும் செல்லும்படி செலுத்துவதை வாசி யோகம் என்பார்கள். மூலாக்கினியை எழுப்பி ஏற்றும்போது இடையிலே குண்டலினி என்ற தடை ஒன்று உண்டு. அது சுருண்ட பாம்பு போல இருப்பது. அந்தத் தடையைப் போக்கி அதை எழுப்பி ஓட்ட வேண்டும். அப்பால் மூலக்கணலை மேலே எழுப்பி மேலுள்ள சந்திர மண்டலத்தளவும் செலுத்தினால் அங்கே உள்ள அமுதம் பொழியும். இவ்வாறு யோக நூல்கள் கூறும்.

இந்தக் குண்டலினி யோகத்தில் வெற்றி பெற மயில் உதவி செய்யும்; மயில் வாகனப் பெருமானை நினைத்தால் யோகத்தில் சித்தி உண்டாகும். பாம்பை விரட்ட உதவும் மயில் குண்டலினி என்னும் பாம்பையும் எழுப்பி ஓடச் செய்யும்.

"வாசியாலே மூலக்கணல் வீசியே சுழன்றுவரப்
பூசை பண்ணிப் பணிந்திட மாசறக்குண் டலியைவிட்
டாட்டுமே - மேல் - ஒட்டுமே"

என்று கோபாலகிருஷ்ண பாரதியார் பாடுகிறார். குண்டலினி ஆகிய பாம்பை ஆட்டுவது மயில். யோகம் செய்து சித்தி பெற்ற சித்தர்களுக்கு தெய்வமாக இருப்பவன் முருகன். அவன் மயில் மேல் ஏறி வந்தால் குண்டலினியென்னும் பாம்பு எழுந்து ஓட, வாசியோகம் நிறைவேறும்.

"வாசியில் ஏறி வருவாண்டி - ஒரு
வாசி நடத்தித் தருவாண்டி"

என்று இராமலிங்க சுவாமிகள் பாடினார். வாசி என்பது வாகனம், வாசியோகம் இரண்டுக்கும் பெயர். மயிலாகிய வாசியில் ஏறி வரும் முருகன் வாசியோகத்தை நடத்தித் தருவான். மயில் வாகனப் பெருமானைத் தியானித்தால் யோகம் கைகூடும் என்பதைஅதிலிருந்து உணர்கிறோம்.

மூன்று வாகனங்கள்

முருகப்பெருமானுக்கு மூன்று வாகனங்கள் சிறப்பாக உண்டு. ஆட்டுக் கிடா ஒரு வாகனம். நாரதர் யாகம் செய்தபோது உலகத்தை அழிக்கின்ற கிடாய் அதிலிருந்து புறப்பட்டது. அந்தக் கிடாய் உலகத்தை எல்லாம் அழித்துவிடுமே என்று எண்ணி அதை அடக்க அதன் மேல் முருகன் ஏறி அமர்ந்து நடத்தினான்; மேஷ வாகனம் உடையவன் முருகன்.

பன்னிரண்டு மாதங்களுக்குள் சித்திரை மாதத்திற்கு ராசி மேஷம். சூரியன் சித்திரை மாதம் முழுவதும் மேஷ ராசியில் இருப்பான். மலையாளிகள் சித்திரை மாதத்தையே மேஷ மாசம் என்பர். அந்த மேஷராசிக்குச் சொந்தக்காரன் செவ்வாய். செவ்வாய்க் கிரகத்திற்கு முருகனுடைய அம்சம் உண்டு என்று சோதிட நூல் கூறும். செவ்வாய் சிவந்த உருவம் உடையது. முருகப்பெருமானும் சிவப்பு வண்ணத்தான். செவ்வாய்க்கு வாகனம் ஆடு. முருகனுக்கும் அது வாகனம். செவ்வாய்க்

கிரகத்தின் கிருபையை அடைய விரும்புபவர்கள் மேஷ ராசியையும், அதற்குத் தலைமை பெற்ற முருகனது அம்சத்தையும் நினைப்பர். அவனுக்கு மேஷம் வாகனம் என்ற நினைப்பில் இருந்து தோன்றியது இது.

முருகனுக்கு மற்றொரு வாகனம் யானை, பிணிமுகம் என்று அதற்குப் பெயர். அடியார்களுக்கு அருள் செய்யும்போது, யானை வாகனத்தில் எழுந்தருளுவான் முருகன். பழம்பெரும் புலவராகிய நக்கீரர் திருமுருகாற்றுப்படையில் இதைச் சொல்கிறார். திருத்தணி குழந்தை என்பன எல்லாம் இளமையுடையவற்றைக் குறிக்கின்றவையானாலும் மனிதக் குழந்தை, காக்கைக் குஞ்சு, யானைக்குட்டி என்று சொல்கிறோம்; இது மரபு. இத்தகைய மரபுகளைத் தொல்காப்பியத்தில் மரபியல் என்ற பகுதி விரிவாகச் சொல்கிறது. பறவைகளில் ஆணைச் சேவல் என்றும் பெண்ணைப் பேடை என்றும் சொல்வது மரபு. ஆண் கோழியைச் சேவல் என்கிறோம். பெண் கோழியைப் பெட்டைக் கோழி என்கிறோம். சேவல் என்று சொன்னால் வீரம் பொருந்தியது, ஆண்மை பொருந்தியது என்று பொருள்படும். மயில் அல்லாத மற்றப் பறவைகளில் ஆணைச் சேவல் என்று அழைக்கலாம் என்று தொல்காப்பியம் கூறுகிறது. ஆண் மயில் அழகாக இருக்கும்; உடல் மென்மையாக இருக்கும். மென்மையான ஒன்றுக்குச் சேவல் என்ற பெயர் கூடாது என்று எண்ணியிருக்கலாம்.

"சேவற் பெயர்க்கொடை சிறகொடு சிவணும்

மாயிருந் தூவி மயிலலங் கடையே."

இதற்கு உரை எழுதப் புகுந்த பேராசிரியர் மயிலை விலக்குவதற்குக் காரணத்தைக் கூறினார்; 'அவை தோகையுடையவாகிப் பெண்பால் போலும் சாயலவாகலான் ஆண்பால் தன்மை இல என்பது கொள்க' என்றார். முருகப் பெருமான் ஏறுகின்ற மயில் அழகானது; மென்மையானது.

ஆனாலும் அதற்கு ஆண்மையும், வீரமும் இல்லை எனச் சொல்லக் கூடாது. பக்தர்களுக்கு மென்மையாக இருக்கும் அம்மயில் பகைவர்களுக்கு பயத்தை அளிக்கும் வீரம் உடையது. ஆகவே அந்த மயிலைச் சேவல் என்று அழைக்கலாம் என்று அவ்வுரைகாரர் எழுதுகிறார். 'செவ்வேள் ஊர்ந்த மயிற்காயின் அதுவும் நேரவும் படும்' என்பது அவர் உரை.

"எழுந்து முன்னுறு மஞ்ஞையஞ் சேவல்மேல் ஏறி"

என்று கந்த புராணத்தில் முருகன் ஏறும் மயிலுக்குச் சேவல் என்ற பெயரையிட்டு வழங்குகிறார் கச்சியப்ப சிவாசாரியார்.

மயில் வாகனம், போர்புரியும்போது முருகப்பெருமானுக்குப் பயன்பட்டது. அடியார்களுக்கு அருள் செய்யப்போகும்போது பயன்படுகிறது. எந்த இடத்தில் எந்தச் சமயத்தில் நினைத்தாலும் மயிலின் மீது ஏறி வருகின்றான் அருள்புரிய. அத்தகைய வீரமுடைய மயிலைப் பற்றி இந்தப் பாட்டில் அருணகிரியார் பாடுகிறார்.

வெற்றி வேலோன் வாகனம்

குசைநெகி ழாவெற்றி வேலோன்,
அவுணர் குடர்குழம்பக்
கசையிடு வாசி விசைகொண்ட
வாகனப் பீலியின்கொத்து
அசைபடு கால்பட்டு அசைந்தது
மேரு; அடியிடஎண்
திசைவரை தூள்பட்ட; அத்தூளின்
வாரி திடர்பட்டதே.

குறிப்பு அறிந்து போகும் குதிரையானால் குதிரைக்காரன் கடிவாளத்தை இழுத்துப் பிடிக்க வேண்டியதில்லை; சவுக்கால் அடிக்க வேண்டியதில்லை. குதிரை முரட்டுத்தனமாக ஓடினால் கடிவாளத்தை இறுக்கிப் பிடிக்கிறான்; சவுக்கால் அடிக்கிறான்.

எம்பெருமான் முருகன் ஏறுகின்ற மயில் குறிப்பு அறியும் தன்மை உடையது. ஆதலால் கடிவாளத்தை இறுக்கிப்பிடிக்காமல் நெகிழ்த்து விடுகிறான்.

குசைநெகிழா, வெற்றி வேலோன்.

(நெகிழா-நெகிழ்த்து)

மயிலையும் வேலையும் ஒருங்கே நினைக்கிறார் அருணகிரியார். பாட்டு மயிலைப் பற்றியது; வெற்றி வேலோன் என்று முருகனைக் குறிப்பிடும்போது வேலைப் பற்றிய எண்ணமும் வந்துவிடுகிறதல்லவா? வெற்றியைத் தருகின்ற வேலைத் தன் திருக்கரத்தில் உடையவன் முருகன். அவன் குசையை நெகிழ்க்க, மயில்வாகனம் வேகமாகச் செல்கிறது.

அவுனர் குடர் குழம்ப.

அதன் வேகத்தைக் கண்டு அசுரர்களின் குடல்கள் குழம்பின. வயிற்றில் கலக்கம் ஏற்பட்டது. நடக்கப் போகின்ற போரில் நாம் எல்லோரும் அழியும் காலம் வந்துவிட்டதே என்று அசுரர்கள் மயில் வாகனப் பெருமானைப் பார்த்துக் குடல் கலங்கிப் போனார்கள்.

கசையிடு வாசி விசைகொண்ட

வாகனப் பீலியின்கொத்து

அசைபடு கால்பட்டு அசைந்தது மேரு.

அந்த வாகனம் எப்படிச் செல்கிறது. தானே குறிப்பு அறிந்து நடக்கிறது. இயல்பாக வேகமாய்ப் போகும் குதிரையைச் சவுக்கால் அடித்தால் எப்படிப் பறக்குமோ அப்படிப் போகிறது மயில். அந்த வேகத்தைச் சொல்ல வருகிறார். மணிக்கு இத்தனை மைல் வேகமென்று சொல்வது யந்திரக் கணக்கு. இங்கே கவிஞர் அல்லவா அந்த வேகத்தைக் கற்பனைக் கண்கொண்டு பார்த்துச்சொல்கிறார்? மயில் வேகமாகப் போகும்போது என்ன ஆகிறது? மயிலின் தோகையில் உள்ள பீலி அசைகிறது. அசையும்போது விசிறி விசிறினாற்போலக் காற்று அடிக்கின்றது. முழுத்தொகையின் காற்றைப் பற்றிச் சொல்லவில்லை. பீலியின் கொத்து அசைகிறது; அசைந்தவுடன் காற்று அடிக்கிறது.

அசுரர்களைச் சங்காரம் செய்வதற்காக வீர மூர்த்தியாய் முருகப் பெருமான் எழுந்தருளுகிறான். அவுணர்களிடம் மறக்கருணை காட்டி ஆட்கொள்ள வேண்டும் என்று நினைக்கிறான். உலகத்திற்கு ஏற்பட்ட துன்பத்தை நீக்கி இன்பத்தைச் செய்ய வேண்டுமென்று வருகிறான். உயிர்களுக்குத் துன்பம் இழைக்கும் அசுரர்களிடம், நல்வழிக்கு வாருங்கள் என்று சொன்னால் அதை உணர்ந்து அடங்க மாட்டார்கள். அவர்களை அடித்து அடக்கி ஆட்கொள்ள வேண்டுமென்ற எண்ணம்; வீராவேசத்துடன் வருகிறான். அப்படி வரும் போதுஅவனைச் சார்ந்துள்ள பொருள்களிலும் வீரம் எதிரொலிக்கிறது.

ஓர் ஆடவன் மிக்க கோபம் அடைகிறான். அந்தக் கோபத்தை மீசை துடித்துக் காட்டுகிறது; கண் சிவந்து காட்டுகிறது; உடம்பு பதறிக் காட்டுகிறது. அதைப்போல முருகன் போருக்கு வேகத்தோடு வருகிறான். அந்த வீர வேகத்தில் வேல் பளபள என மின்னுகிறது. மயில் மிக வேகமாக

ஓடுகிறது. அதன் பீலியின் கொத்து அசைகிறது. காற்று அடிக்கிறது. அப்போது என்ன நடக்கிறது?

மேரு அசைதல்

அசைந்தது மேரு

மேருமலை அசைந்தது. பொன்னிற மலை மேரு என்பார்கள். பிரபஞ்சத்துக்கு நடுவில் தூண் போல நிற்பது அது. சூரியனும் சந்திரனும் அதைச் சுற்றி வருகிறார்கள். அந்த மலையின் மீதுதான் தேவர்கள் வாழ்ந்து கொண்டிருக்கிறார்களாம். அதனால் அதற்குச் சுராலயம் என்று பெயர் உண்டு. பூமியின் நடு அச்சுப் போல் இருக்கிறது அது. அதை யாராவது கண்டது உண்டோ என்ற கேள்வி எழலாம். பூகோளத்தில் பூமத்திய ரேகை என்று ஒன்றைச் சொல்கிறார்கள். உலகத்தின் நடுவிலுள்ள கோடு இது. இந்தக் கோட்டின் பக்கத்தில் வெப்பம் மிக அதிகமாக இருக்கும்; பாலைவனம் அதிகம் என்று படிக்கிறோம். இந்தக் கோட்டை யாராவது கண்ட துண்டா? இல்லை. இது மானசீகக் கோடு. ஆனால் இது உண்மை என்று கொண்டே பல கணக்குகளைப் போடுகிறார்கள். அவை யாவும் உண்மையல்லவா? உண்மைதான். அந்தக் கோடு கற்பனையில் அமைந்தாலும் எப்படி இருப்பதாகவே கொள்கிறார்களோ அப்படியே மேருவும் இருப்பதாகவே புராணக்காரர்கள் கொள்கிறார்கள். வண்டிச் சக்கரம் கீழே விழாமல் சுற்றி வருகிறது. அவ்வாறு செய்வதற்குக் காரணமாகச் சக்கரத்திற்கு நடுவில் அச்சு இருக்கிறது. அது இரும்பால் அமைந்திருப்பதைப் பார்க்கிறோம். உலகம் சுற்றிக் கொண்டே இருக்கிறது என்பதை எல்லோரும் ஒப்புக் கொள்கிறார்கள். இது சுற்றிக் கொண்டே இருக்க வேண்டுமானால் நடு அச்சு ஒன்று வேண்டாமா? அந்த அச்சைத்தான் மேருகிரி என்றனர் நம் பெரியோர். விஞ்ஞானத்தில் ஒரு பொருளை மிக நுட்பமாகச்

சொல்வார்கள். புராணத்தில் பருப் பொருளாகச் சொல்வார்கள்.

மேரு கிரி பொன்மயமானது என்று சொல்கிறார்கள். அதற்கும் ஒரு பொருள் உண்டு. இரும்பு, வெள்ளி, செம்பு, தங்கம் முதலிய எல்லா உலோகங்களுமே பூமிக்குள் இருந்துதான் கிடைக்கின்றன. எல்லா உலோகங்களிலும் சிறந்தது தங்கம். உலகிற்கே நடு அச்சுப் போல் மிக உயர்ந்து இருக்கிற மலையும் பூமியில் இருந்து கிடைக்கும் உலோகங்கள் எல்லாவற்றையும் விட மிக உயர்ந்த தங்கத்தால் ஆனது எனக் கதையாகச் சொன்னார்கள். முருகப் பெருமானது வாகனம் ஆகிய மயில் வேகமாகப் போன போது அதன் பீலியின் கொத்து அசைந்ததனால் காற்று அடித்தது. அதனால் உலகத்தின் அச்சாக இருக்கிற மேரு கிரியே அசைந்தது.

உயர்வு நவிற்சி

கவிஞன் எதையேனும் சிறப்பித்துச் சொல்லப் புகுந்தால் சில சமயங்களில் அதை அழகுபட மிகைப்படுத்திச் சொல்வது வழக்கம். நம் நண்பர் ஒருவரை ஒரு வாரமாகப் பார்க்கவில்லை. அவர் திடீரென்று வருகிறார். நாம், "அடேயப்பா, உன்னைப் பார்த்து ஒரு யுகம் ஆயிற்றே!" என்கிறோம். பல பல லட்சம் ஆண்டுகளைக் கொண்ட ஒரு யுகமா ஆயிற்று? ஆறேழு நாட்களாகத்தான் அவரைப் பார்க்கவில்லை. இருந்தாலும் யுகமென்று சொல்கிறோம். ஒரு வாரம் பார்க்காததனால் பல காலமாகப் பார்க்காதது போன்ற உணர்ச்சி தோன்றியது. அதை அப்படியே சொல்லாமல் யுகம் ஆயிற்றே என்கிறோம். கதை எழுத்தாளர்களும் இம்முறையை ஆளுகிறார்கள். மிக உயர்ந்த வீடு என்று சொல்வதற்கு, வானத்தை முட்டும் வீடு என்று சொல்கிறார்கள்.

நாம் ஒவ்வொன்றையும் அளப்பதற்கு ஒவ்வோர் அளவு கருவி வைத்திருக்கிறோம். அடி, முழம் என்று துணியை அளக்கிறோம். மைல் என்று தூரத்தை அளக்கிறோம். படி என்று தானியத்தை அளக்கிறோம். இப்படியே உயர்வை அளப்பதற்குக் கவிஞர்கள் வைத்துக் கொண்ட அளவுகளில் ஒன்று மிகை. இதை உயர்வு நவிற்சி என்று இலக்கணத்தில் சொல்வார்கள்.

பெரும்புலவராகிய அருணகிரியார் வீர மூர்த்தியாக முருகப் பெருமான் எழுந்தருளியதைச் சொல்ல வந்து, அவனுடைய வேகத்திற்கு ஏற்ப மயில் வாகனமும் வேகமாகப் போயிற்று என்கிறார். வேகத்தை எப்படிச் சொல்வது? ஒரு கார் வேகமாகப் போவதை வருணிக்கும்போது, 'பக்கத்தில் உள்ள சருகுகள் பறந்து ஓடின. புழுதி மண்டலம் கிளம்பிற்று' என்று சொல்வது போல, "மயில் வேகமாகப் போயிற்று. அதன் பீலியின் கொத்து அசைந்த தனால் வீசிய காற்றில் மேரு கிரி அசைந்தது" என்று மிக அழகாக மிகைப்படுத்திச் சொல்கிறார். பிறகு, மயில் அடி எடுத்து வைத்து நடந்ததாம்.

மலையும் கடலும்

அடியிட எண்
திசைவரை தூள்பட்ட அத்துளிகள் வாரி திடர்பட்டதே.

நேரான திசைகள் நான்கோடு கோணத் திசைகள் நான்கும் சேர்ந்து எட்டுத் திக்குகள் உள்ளன. எட்டுத்திக்கின் முடிவிலும் எட்டு மலைகள் இருப்பததாகச் சொல்வது மரபு. மயில் கால் எடுத்து வைக்க, எட்டுத் திசைகளிலும் உள்ள மலைகள் தூள் தூளாகப் போய்விட்டன. அந்தத் தூள் எங்கே போயிற்று? பெரிய மலைகள் துாளானால் பூமி மேடாகி விடாதா? அதற்கு இடமில்லாமல் அந்தத் தூள் காற்றில் அடித்துச்

செல்லப்பட்டுப் பூமிக்குப் பக்கத்தில் இருக்கிற இடம் கடலில் விழுந்தது.

அத்தூளின் வாரி திடர்பட்டதே.

தூள் நிரம்பவே கடல்கள் மேடிட்டுப் போய்விட்டனவாம். "மயிற் பீலியின் காற்றுப் படவாவது! மேரு கிரி அசையவாவது! கால் எடுத்து வைக்க மலைகள் தூள் தூளாகப் போகவாவது!" என்றால் இப்படி எல்லாம் சொல்வது கவிஞர்களுடைய மரபு. ஆறு, ஆறரை அடி உயரமுள்ள மனிதனை நாம் என்ன சொல்கிறோம்? பனை மரம் மாதிரி இருக்கிறான் என்று சொல்கிறோம். என்ன பொருள்? உயரமாக இருக்கிறான் என்று பொருளே தவிரப் பனை மாதிரியே இருபதடி உயரம் உள்ளவன் என்று ஆகாது.

முருகப் பெருமானது வேகத்தை, அவனுடைய வாகனத்தின் வேகத்தைச் சொல்வது போலச் சொல்கிறார். வாகனத்தின் முழு, வேகத்தைக்கூடச் சொல்லவில்லை. அது போகிற வேகத்தில் பீலியின் கொத்துப்பட்டு அடிக்கின்ற காற்றைக் கொண்டே சொல்கிறார். 'அது கால் எடுத்து வைக்கையில் மலைகள் பொடிப் பொடியாகிவிட்டன; மேடு பள்ளம் ஆகிவிட்டது; பள்ளமான கடல்களில் இந்தத் தூள் விழுந்து அவை மேடாகிவிட்டன' என்கிறார். இதன் உள்ளுறை பொருளைக் காண வேண்டும்.

மேடும் பள்ளமும்

சூரபன்மன், தவத்தாலும் குணத்தாலும் உயர்ந்த பெரியவர்களைச் சிறியவர்களாக்கினான். மிகச் சிறியவர்களாக இருந்தவர்களைப் பெரியவர்களாக்கினான். அவக்குணம் நிரம்பிய அசுரர்கள் பெரியவர்களாகப் போய்விட்டார்கள். தவக்குணம் மிக்க தேவர்கள்

சிறியவர்களாகப் போய்விட்டார்கள். இந்திர குமாரனைச் சிம்மாசனத்திலிருந்து இறக்கிச் சிறையில் தள்ளினான். சூரனுடைய பிள்ளை இந்திரன் உட்கார்ந்திருந்த இடத்திலே அமர்ந்துவிட்டான். மேடு பள்ளமாகப் போயிற்று. பள்ளம் மேடாகி உயர்ந்தது. வீரத்தை வீரத்தால் மாற்ற வேண்டும். முள்ளை முள்ளால்தானே எடுக்க வேண்டும்? முருகப் பெருமான் தன்னுடைய வீரத்தால் மறுபடியும் மேட்டைப் பள்ளமாகவும், பள்ளத்தை மேடாகவும் ஆக்க நினைத்தான். அசுரர்களை அடக்கித் தேவலோகத்தை இந்திரனுக்கு மீட்டுக்கொடுக்க எண்ணினான். அவனுடைய வாகனமாகிய மயில் கால் எடுத்து வைத்தனால் மேடு பள்ளமாயிற்று; பள்ளம் மேடாயிற்று. அந்த மயிலுக்கு நாயகனாகிய முருகப் பெருமானும் அதைத்தான் செய்தான். இப்படி நயமாக ஒரு கருத்துத் தோன்றுகிறது.

சமநிலை

மற்றொரு கருத்தையும் இந்தக் காட்சி உள்ளடக்கியிருக்கிறது. மனிதர்களுடைய உள்ளத்தில் காமம் மோகம் போன்றவைகளினால் பெரும் பள்ளம் வீழ்ந்திருக்கிறது. உயர்ந்த குணங்களினால் மேடும் உண்டாயிருக்கிறது. தீய குணமாகிய கடலும், உயர் குணமாகிய மலையும் இருக்கின்றன. இவற்றால் மனம் என்ற ஒன்று இன்ப துன்பத்திற்கு ஆளாகிறது. இன்ப துன்பம் இரண்டும் கலந்ததே வாழ்க்கை. நமது வாழ்க்கை வெறும் இன்பம் மாத்திரம் அமைந்தது அல்ல; வெறும் துன்பம் அமைந்ததும் அல்ல. முழுவதும் துன்பம் அநுபவிப்பவர் யாரும் இல்லை. முற்றும் இன்பம் அநுபவிப்பரும் இல்லை. இன்ப மேடும், துன்பப் பள்ளமும் உள்ள மனம் தூயதன்று. அதில் அமைதி இராது. சம நிலை பெற்றால்தான் சாந்தி பிறக்கும். சுகத்தால் இன்பமடையாமலும், துக்கத்தால் துன்பமடையாமலும் இருக்கும் மனமே சமநிலையுடைய னம். அந்த நிலையை நிர்வேதம் என்பர்.

முருகன் மயில் வாகனத்தில் எழுந்தருளி வந்துவிட்டால், அந்த மயில் போடுகின்ற நடையே மலையைப் பொடியாக்கி, கடலைத் திட்டாக்கிவிடும்; மனத்தைச் சமன்படுத்தி விடும். இன்பம் வேறு, துன்பம் வேறு என்று அறியாமல் ஆனந்தமயமாகி இருக்கும் நிலை அல்லது சமநிலை வந்துவிடும்; இன்பத்தினாலும், துன்பத்தினாலும் மன வேறுபாடு அடையாத நிலை அது.

சமநிலை பெற்றோர்

தந்தையாகிய இரணியனுடைய மடிமீது உட்கார்ந்த போதும் பிரகலாதன் இன்பம் அடையவில்லை; மலையின் மீதிருந்து உருட்டிவிட்ட போதும் துன்பம் அடையவில்லை. இன்ப துன்பமாகிய மேடு பள்ளம் இல்லாமல் அவன் உள்ளம் சம நிலையில் இருந்ததே அதற்குக் காரணம்.

அப்பர் சுவாமிகள் சமண மதத்தில் ஆசிரியராக இருந்தார். அவர் மீண்டும் சைவ சமயத்திற்கு வந்துவிட்டார். "சமணமதத்தின் தலைவராக இருந்த ஒருவர் சைவ மதத்தில் சேர்ந்ததால் நமக்கு அவமானம் வந்துவிட்டதே" என மற்றவர்கள் அரசனிடம் போய்ச் சொல்ல, அரசன் நாவுக்கரசரைப் பலவகையாலும் துன்புறுத்த நினைத்தான். யானையை விட்டு இடறச் செய்தான். சுண்ணாம்புக் காளவாய்க்குள் தூக்கிப் போடச் சொன்னான். ஆண்டவன் திருநாமத்தைச் சொல்வதன் மூலம் இன்ப துன்பத்தை வென்று மனம் சமநிலைப்பட்ட பெருமான் அவர்; ஆதலாலே அவர் அந்தத் தண்டனைகளால் சிறிது இடர்ப்படவில்லை. உள்ளத்திலும், உடம்பிலும் துன்பம் உண்டாகவில்லை. உள்ளத்தில் இருந்த மலைகள் பொடியாகி, கடல்கள் தூர்ந்து போய்ச் சமநிலை அடையப் பெற்றவர் அவர்.

ரமண மகரிஷி நம்மைப் போன்ற உடம்பு படைத்தவர்தாம். ஒரு சமயம் பெரிய கதண்டுக் கூட்டத்தில் காலை வைத்தபோது அவை கடித்துவிட்டன. அதனால் ஏற்பட்ட வலியை உடம்பு அநுபவித்தது. "படு, படு" என்று சொன்னாரேயன்றி அந்தத் துன்பத்தினால் மன மாறுபாடு எதுவும் அவருக்கு உண்டாகவில்லை. அவர் மனம் சமநிலை பெற்றுவிட்டது.

சாத்தியமா?

இது நமக்குச் சாத்தியம் ஆகுமா என்றால், சாத்தியம் ஆகும் என்றே சொல்ல வேண்டும். இப்போதும் நாம் சிலவிதமான துன்பங்களைச் சகித்துக் கொள்கிறோம். ஒர் உதாரணம் பார்க்கலாம். நாம் சுவாரசியமாகச் சீட்டு ஆடிக் கொண்டிருக்கிறோம். அப்போது முதுகில் ஒரு கொசுக் கடிக்கிறது. அது நமக்குத் தெரிகிறது. ஆனால் கையை எடுத்துக் கொசுவை அடிப்பது இல்லை. அது கடிப்பதனால் உண்டான உடல் உணர்ச்சி இருந்தும், சீட்டாட்டத்தில் உள்ள சுவாரசியத்தினால், அதைத் தாங்கிக் கொள்கிறோம். தாங்குகிற ஆற்றல் இருப்பதால் சாட்சியாக இருக்கிறோம். அநுபவம் இருக்கும்; ஆனால் மனவேறுபாடு இராது. அதுதான் சாட்சி மாத்திரமாய் நிற்கும் நிலை. கொசுக் கடித்தாலும் கை அதை அடிக்கிறது இல்லை. கொசுக்கடி தெரியாதவர் போல இருக்கிறோம்; மனத்தில் குழப்பம் ஏற்படாமல் இருக்கிறோம். சீட்டாட்டத்தில் வேகம் இருப்பதனால் கொசுக் கடியைச் சாட்சியாயிருந்து பார்க்கிறோம்.

திருப்பதிக்கு பிரார்த்தனை என்று சொல்லிச் சில பேர் சாலையில் புரண்டு கொண்டு வருகிறார்கள். அப்படிப் புரளுகிறவன் உடம்பும் நமது உடம்பைப் போன்றதுதான்; அவன் தாய் அவனைப் பத்து மாதம் சுமந்தே பெற்றிருக்கிறாள். அவன் தன் உடம்புக்குக் கவசம் ஒன்றும்

போட்டுக் கொள்ளவில்லை. நூற்று மூன்று டிகிரி வெப்பமுள்ள வெயில் அடிக்கும்போது அவன் கோவிந்தா, கோவிந்தா என்று வீதியில் புரண்டு வருகிறான். அவன் உடம்புக்குச் சூடு தெரியவில்லையா? தெரிகிறது. இருந்தாலும் அந்தச் சூட்டை அவன் தாங்கிக் கொள்கிறான். அந்த அளவில் அவன் மனம் சாட்சி மாத்திரமாக இருக்கிறது. அவனுக்குக் காசு மேலே குறி; பற்று; அதுதான் காரணம். பணத்தின் மேலே அவன் எண்ணம் இருப்பதால் சூட்டை அநுபவிக்கிறான்; மனத்திலே மாறுபாடு இல்லாமல் சாட்சி மாதிரி இருந்து அநுபவிக்கிறான்.

கர்ணன் பரசுராமனிடம் தான் பிராமணன் எனச் சொல்லி வித்தைகளைக் கற்றுக் கொண்டிருந்தான். ஒரு நாள் ஆசிரியர் படுத்துக் கொள்ள வேண்டுமென்று நினைத்தார். தலையணை இல்லை. தம் மாணாக்கன் மடிமீது தலையை வைத்துக் கொண்டு படுத்தார். தம்மை மறந்து சுகமாகத் துங்கினார். அப்போது ஒரு வண்டு கர்ணன் துடையைத் தொளைக்க ஆரம்பித்தது. அசைந்தால் குருநாதர் எழுந்துவிடுவாரே என்று கர்ண்ன் பேசாமல் இருந்தான். ரத்தம் குபுகுபு எனப் பீறிட்டுவந்தது. இருந்தும் அவன் அசையவில்லை. காரணம் மனத்திலுள்ள் வீரம். வண்டு துளைக்கும் வலி யாகிய அநுபவம் இருந்தது. ஆயினும் மனமாறுபாடு இல்லை; குழப்பமும் இல்லை. மனம் சாட்சி மாத்திரமாக இருந்தது.

வ.வே.சு. ஐயர் சிறந்த தேசபக்தர். அவர் இங்கிலாந்தில் இருந்தபோது விநாயக தாமோதர சாவர்க்கர் முதலியவர்களும் அவரும் சேர்ந்து இந்தியா லீகு என்ற சங்கத்தை நடத்தினார்கள். இந்தியா சுதந்திரம் பெறப் பாடுபடுவதே அந்தச் சங்கத்தின் நோக்கம். அவர்கள் எந்தத் துன்பம் வந்தாலும் சகித்துக் கொள்ள வேண்டியிருக்கும் அல்லவா? தமக்கு அத்தகைய தைரியம் இருக்கிறதா என்பதைச் சோதிக்க ஒரு காரியம் செய்தார்கள். கட்டை விரலை ஒரு மேஜையின் மேல் வைத்து ஒர் ஊசியினால் அதன் மேல் குத்தி ஊடுருவி

ஊசியின் முனை மேஜை வரையில் போய் மேஜையைக் குத்துகிற வரைக்கும் பொறுத்துக் கொள்ளவேண்டும். வ.வே.சு. ஐயர் அப்படிக் குத்துவதைப் பொறுத்துக் கொண்டார். ஊசி குத்தினால் வலி இருக்காதா? இருக்கும். அதைப்பொறுக்கும் வீரம் வேண்டும் என்பதற்காகவே அவ்வாறு செய்தார்கள். வலியிருந்தும் சாட்சி மாத்திரமாயிருந்து பொறுத்துக் கொண்டார்கள்.

சாமான்யச் சீட்டு ஆட்டத்திற்காகக் கொசுக் கடியைச் சாட்சி மாத்திரமாய் இருந்து அநுபவிக்கலாம் என்றால், பிச்சைக் காசுக்காக மண்டை பிளந்து போகும் வெயிலைச்சாட்சி மாத்திரமாய் இருந்து சகிக்கலாம் என்றால், இந்திய விடுதலைக்காக ஊசியினால் விரலில் குத்திக் கொள்ளும்போது வலியைச்சாட்சி மாத்திரமாய்ப் பொறுத்துக் கொள்ளலாம் என்றால், இறைவனை எண்ணி, அவன் திருவருளைப் பெற்றவர்கள் உலகத்தில் ஏற்படும் இன்ப துன்பங்களை எல்லாம் சாட்சி மாத்திரமாய் இருந்து நுகர முடியாதா? மனத்திலே சமநிலை ஏற்பட்டால் அது சாத்தியமாகும். சீட்டு ஆடுகிறவர்களும் பிறரும் ஏதோ ஒரு நிகழ்ச்சியில் மனத்தில் ஒரளவு சமநிலையைப் பெறுகிறார்கள்.அருள் பெற்றவர்களோ எப்போதுமே சமநிலையுடன் இருக்கிறார்கள்.

மயில் வாகனன் சமநிலை அருளுதல்

அத்தகைய சமநிலையை முருகன் திருவருளால் பெறலாம். முருகப் பெருமான் மயில் வாகனனாக வர வேண்டும். வந்தால் மேடு பள்ளம் தூர்ந்து போய் எல்லாம் சமமாகிவிடும். முருகப் பெருமானைத் தியாயம் செய்தால், மயில் மேல் ஏறி வரும் கோலத் தில் உள்ளத்தே நடமாடவிட்டால், நித்தியம் போர்க்களமாக இருக்கிற நம் உள்ளம், அசுர சம்பத்தால் பள்ளம் விழுந்தும், தேவ சம்பத்தால் மேடிட்டும் இருக்கிற உள்ளம், சமனாகிவிடும். இன்ப துன்பங்களைச் சாட்சி

மாத்திரமாய் இருந்து அநுபவிக்கலாம். இன்ப துன்பங்களுக்கு அப்பாற்பட்ட ஆனந்தத்தை நுகரலாம். இந்தக் குறிப்பும் இப்பாட்டில் உள்ளது.

குசைநெகி ழாவெற்றி வேலோன்
அவுணர் குடர்குழம்பக்
கசையிடு வாசி விசைகொண்ட
வாகனப் பீலியின்கொத்து
அசைபடு கால்பட்டு அசைந்தது
மேரு; அடியிடஎண்
திசைவரை தூள்பட்ட; அத்தூளின்
வாரி திடர்பட்டதே.

(வெற்றியைத் தரும் வேலையுடைய முருகன் அசுரர்களின் குடல் குழம்பும்படியாக, கடிவாளக் கயிற்றை நெகிழவிட, சவுக்கினால் அடித்த குதிரையின் வேகத்தைக் கொண்ட மயில் வாகனத்தின் பீலியினது கொத்து அசைவதனால் உண்டான காற்றுபட்டு மேருமலை அசைந்தது; அம்மயில் தன் காலை வைக்க, எட்டுத் திக்கிலும் உள்ள மலைகள் தூளாயின; அந்தத் தூளினால் கடல் மேடாகிவிட்டது.

குசை-கடிவாளக் கயிறு. நெகிழா-நெகிழ்த்து; நெகிழ்க்க என்ற பொருளையுடையது; எச்சரி திரிபு. நெகிழ்க்க விசை கொண்ட வாகனம் என்று முடியும். அவுணர் - அசுரர். கசை - குதிரையை அடிக்கும் சவுக்கு. வாசி - குதிரை. விசை - வேகம். பீலியின் கொத்து மயிற் பிஞ்சம். கால் - காற்று. அடி இட - காலை வைக்க. வரை - மலை. தூளின் - புழுதியினால். வாரி - கடல். திடர்பட்டது - மேடாயிற்று.)

சேவற் பதாகை

1

இயல்புக்கு ஏற்ற கற்பனை

ஒரு கரிக்கடைக்காரனுக்குக் கொஞ்சம் ஒய்வு நேர்ந்தது. அன்றைக்குக்கடை இல்லாத நாள். தன்னுடைய வீட்டுத்திண்ணையில் உட்கார்ந்து கொண்டிருந்தான். மெல்ல மெல்லச் சிந்தனை ஓடியது. "நம் கடையில் நூறு கரி மூட்டை வைத்திருக்கிறோம். மழைக்காலம் வரப் போகிறது. அப்போது கிராக்கி அதிகமாக இருக்கும். நூறு மூட்டையும் நல்ல விலைக்குப் போகும். மேலும் அதிகமான மூட்டைகளை வாங்கி வைத்துக் கொண்டால் அப்போது நல்ல விலைக்கு அவற்றை விற்கலாம். கரி மூட்டைகளை நாம் வாங்குவதற்குப் பதிலாக ஒரு சவுக்குத் தோப்பையே ஏலம் எடுத்துக் கரி சுட்டால் இரண்டு வகையான லாபமும் நமக்கு வராதா?" எனச் சிந்தித்தான். கரி மூட்டைக்காரனுக்குச் சிந்தனை அப்படித்தான் போகும். ஒருவனுடைய தொழில் எதுவோ, அவனுக்கு நாட்டம் எதில் அதிகமாக இருக்கிறதோ, அதுவே அவனது சிந்தனைக்கும் கற்பனைக்கும் ஆதாரம், வேறு வகையான கற்பனை சும்மா இருக்கும்போது எழாது. இது மனித இயல்பு.

ஆனால், குழந்தை இருக்கிறது. அதற்குக் குறிப்பிட்ட ஒரு தொழிலும் இல்லை; வியாபாரம், பணம் சம்பாதித்தல் ஆகியவற்றில் நாட்டம் இல்லை. சும்மா இருக்கும்போது அது எதைப் பற்றி நினைக்கும்? குழந்தைக்கு எதன் மேலும் நாட்டம் இல்லை என்று சொல்ல முடியாது.

குழந்தை பிறந்து அறிவு தோன்ற ஆரம்பித்தவுடன் அதற்கு முழு உருவமாக முதலில் தோன்றுபவள் தாய்தான். பிறகு தகப்பனாரை அறிகிறது. தாய் தந்தையை அறிந்த குழந்தை அவர்களைக் கருவியாகக் கொண்டே உலகிலுள்ளவற்றை அளக்கும். ஒரு போலீஸ்காரன் தன் குழந்தைக்கு, "ஓர் ஊரில் ஒரு ராஜா இருந்தான்" என்று கதை சொல்ல ஆரம்பித்தால், அந்த ராஜா தன் அப்பாவைப் போலவே தொப்பி போட்டிருப்பான், சொக்காய் அணிந்திருப்பான் என்று நினைக்கும். அதற்குத் தாய் தகப்பனையன்றி உலகமே இல்லை.

அருணகிரிநாதக் குழந்தை

இறைவன் சந்நிதானத்தில் அருணகிரியார் குழந்தையாகி விட்டார். தன்னுடையது என்பது எதுவும் இல்லாமல், தன் செயல் அற்று, எல்லாவற்றையும் தாயின் கையில் ஒப்படைத்துவிட்டு இன்ப துன்பம் எல்லாவற்றையும் தாய் வழியே பெறுவது குழந்தை. அம்மா வீதிப் பக்கம் சென்றால் குழந்தையும் தாயுடனே ஒடுகிறது; உள்ளே வந்தால் உள்ளே வருகிறது; படுத்துக் கொண்டால் படுத்துக் கொள்கிறது. இத்தகைய குழந்தையாக அருணகிரியார் ஆகிவிட்டார். அவருக்கு உலகம் எங்கும் வேறு ஒன்றும் தெரியவில்லை. அவர் நினைவு, கற்பனை எல்லாம் இறைவனைப் பற்றியும் அவனோடு தொடர்புடைய பொருள்களைப் பற்றியுமே எழுகின்றன.

உலகிலுள்ள மற்றக் குழந்தைகளுக்கும், அருணகிரிநாதக் குழந்தைக்கும் ஒரு வேறுபாடு. அந்தக் குழந்தைகள் உலகத்தை இன்னும் அறிந்து கொள்ளவில்லை. இந்தக் குழந்தையோ அறிந்து கொண்டதை மறந்துவிட்டது. நான்கு ரூபாயை எடுத்து ஒரு பாத்திரத்தில் போட்டு வைத்தது குழந்தை; திரும்பவும் அந்த நான்கு ரூபாயை எடுத்து செலவழித்துவிட்டது. மற்றொரு குழந்தை பாத்திரத்தில் ஒரு

ரூபாய்கூடப் போடவில்லை. எப்படி இருந்தாலும் கடைசியில் இரு பாத்திரமும் காலியாகத்தான் இருக்கும். அதுபோல, உலகிலுள்ள குழந்தைகள் எதையும் அறிந்து கொள்ளாத உள்ளம் உடையன; அருணகிரிநாதக் குழந்தை நன்றாக வளர்ந்து தன் அறிவினால் அறிந்து கொண்டவை அனைத்தையும் மறந்து விட்ட உள்ளம் உடையது. குழந்தைகளின் உள்ளம் மாசு ஏறாத உள்ளம்; முன்பு மாசு ஏறியிருந்தாலும் அவற்றை எல்லாம் துடைத்துவிட்ட உள்ளம் அருணகிரிநாதக் குழந்தையுடைய உள்ளம். எப்படியாயினும் இரண்டும் ஒரேவிதமாகவே இருக்கும்.

நாம் பார்க்கிற இயற்கைக் குழந்தைகள் தம் தாய் தந்தையர்களையே மிகப் பெரியவர்களாக நினைப்பார்கள். யாரை நினைத் தாலும் தம் தாய் தந்தையர்களின் அளவைக் கொண்டு நினைக்கின்ற தன்மை உடையது அவர்களின் உள்ளம். அருணகிரிநாதக் குழந்தை என்ன செய்கிறது? அதுவும் ஒரு தந்தையினிடத்தில் அன்பு வைக்கிறது. உயிருக்குத் தந்தையாகிய முருகனை நினைத்து, தன் இன்ப துன்பம், உயர்வு, தாழ்வு ஆகிய எல்லாவற்றையும் அந்த இறைவனைச் சார்த்தியே நினைக்கிறது. கந்தர் அலங்காரம் பாடுகிற அந்த அருணகிரிநாதக் குழந்தை தன் மனம் என்னும் கற்பனைக் குதிரையைத் தட்டிவிட்டு, அதன் வேகத்தில் தன் தந்தையாகிய இறைவனை நினைத்துப் பாடுகிறது. அப்பெருமானிடத்தில் உள்ள பொருள்களை வருணிக்கிறது.

புகழ் விரிக்கும் மரபு

ஒருவருடைய சிறப்பைப் புலப்படுத்த வேண்டுமானால் நேரே அவர் பெருமையைத்தான் சொல்ல வேண்டும் என்பது இல்லை. அவரைச் சார்ந்தவர்களுடைய பெருமையைச் சொல்வதும் மறைமுகமாக அவருடைய பெருமையைப் புலப்படுத்துவதேயாகும். ஒரு பணக்காரரர் புகழைச் சொல்லும்போது, "அவர் வீட்டுக் கணக்கர் கார்

வைத்திருக்கிறார்" என்று சொன்னால், அவர் பெருமை பின்னும் அதிகமானது என்று புலனாகும். கணக்கரின் பெருமையை நேர் முகமாகச் சொல்வதுதான் இது; ஆயினும் மறைமுகமாக அவருடைய எசமானது பெருமையையும் அது புலப்படுத்துகிறது.

விறகு சுமந்த சொக்கன்

பரஞ்சோதி முனிவர் இயற்றிய திருவிளையாடற் புராணத்தில் ஒரு கதை. மதுரை நகரில் பாணபத்திரன் என்ற இசைப் புலவன் ஒருவன் இருந்தான். அவனுக்கு அரசாங்கத்தில் உத்தியோகம். அவன் சிவபக்தன். மதுரையில் சோமசுந்தரக் கடவுள் சந்நிதானத்தில் இசை இசைத்துத் தொண்டு செய்வதிலேயே நாட்டம் உடையவனாக இருந்தான். ஒருநாள் வடநாட்டிலிருந்து ஏமநாதன் என்ற வீணை வித்துவான் ஒருவன் மதுரைக்கு வந்தான். அரசனிடம் தன் பெருமையைச் சொல்லிக் கொண்டதோடு, தன்னை யாழ் வாசிப்பதில் தோல்வியுறச் செய்பவர் யார் இந்த நாட்டில் இருக்கிறார் எனவும் செருக்கோடு கூறினான். அரசன் தன் ஆஸ்தானத்தில் உள்ள பாணபத்திரனுக்கு அவனோடு வாசிக்க வேண்டுமென்று கட்டளையிட்டான். பாணபத்திரனுக்கு இந்த இசைவாதத்தில் ஈடுபட விருப்பம் இல்லை. என்ன செய்வது என்று தெரியாமல் சோமசுந்தரக் கடவுளின் சந்நிதானத்துக்குச் சென்று, "இறைவனே, ஏமநாதனை நான் யாழ் வாசிப்பதில் தோல்வியுறச் செய்ய முடியுமென்று தோன்றவில்லையே! அவனை வெல்ல வேண்டுமென்ற ஆசை எனக்கு இல்லை. அவனிடம் நான் தோற்றுப்போய் விட்டேன் என்றால் அரசன் என்னை வேலையை விட்டுத் தள்ளிவிடுவானே! ஊரை விட்டுப் போக வேண்டி நேர்ந்தாலும் நேருமே! அப்புறம் உன் சந்நிதானத்திற்கு நான் எப்படி வர முடியும்? உனக்குத் திருத்தொண்டு எப்படிச்செய்ய முடியும்?" என்று கண்ணிர்விட்டுக் கதறினான்.

அன்று மாலை நல்ல மழை வந்துவிட்டது. இறைவன் ஒரு கிழ விறகுவெட்டிக் கோலத்தை எடுத்துக்கொண்டு தன் தலையில் ஒரு விறகுக் கட்டும் அதில் செருகப்பட்டிருக்கும் ஒரு பழைய யாழும் கொண்டு தெருவோடு வந்தான். மழைக்கு ஒதுங்குகிறவனைப் போல, ஏமநாதன் தங்கியிருந்த வீட்டின் வாசலுக்குச் சென்று உட்கார்ந்து கொண்டு, யாழை எடுத்து மெல்ல வாசிக்க ஆரம்பித்தான். அந்த இனிய நாதம் ஏமநாதன் செவியில் பட்டது. யார் பாடுகிறார் என்று பார்த்தான். பார்த்தால் அவனுக்கே நம்பிக்கை இல்லை. ஒரு கிழ விறகுவெட்டி; விறகுக் கட்டும் அவன் அருகில் இருக்கிறது; விறகு போலவே ஒரு யாழ். அந்த யாழிலிருந்தா அவன் இத்தகைய இனிமையான இசையை எழுப்புகிறான்! எழுந்திருந்து அவனிடம் சென்றான். "அப்பா, நீ யார்? இந்த இனிமையான சங்கீதத்தை யாரிடம் கற்றுக் கொண்டாய்?" எனக் கேட்டான்.

அதை ஏன் கேட்கிறீர்? என் தலைவிதி இப்படி இருக்கும்படி ஆகிவிட்டது! நான் பாடுவது என்ன, அவ்வளவு உயர்ந்ததா? என் குருநாதரிடம் இருக்கிற மற்ற மாணாக்கர்கள் வாசிப்பதைக் கேட்டால் அப்புறம் நீர் என்ன சொல்வீரோ எனக்குத் தெரியாது; நானும் யாழ் கற்றுக் கொள்ள வேண்டுமென்றுதான் குருநாதரிடம் சென்றேன். அவர் எனக்கு மிகவும் சிரமப்பட்டே சொல்லிக் கொடுத்தார். கடைசியில் என் தலை நரையோடிக் கிழவன் ஆகிவிட்டேன். 'போ, இனி உனக்கு வீணை வரவே வராது' என்று சொல்லி என் ஆசிரியர் என்னைத் துரத்திவிட்டார். எனக்கு வேறு வழி இல்லாமல்விறகு வெட்டிப் பிழைக்க ஆரம்பித்தேன்' என்றான். 'வீணையே வராது எனச் சொல்லி கழித்து விடப்பட்ட இவனே இவ்வளவு நன்றாக வாசிப்பான் என்றால், இவன் குருநாதர் எப்படி வாசிப்பாரோ?' என்று வியந்த ஏமநாதன், "உன் குருநாதர் யார் அப்பா?" என்றான்.

"அவரை உமக்குத் தெரியாதா? அவர்தான் பாணபத்திரர்; பாண்டியன் அவைக்களத்துப் பாணர்" எனச் சொல்லக் கேட்டான் ஏமநாதன். அவ்வளவுதான். அன்றைக்கே இரவோடு இரவாக அந்த ஊரை விட்டே ஓடிப் போய்விட்டான். பாணபத்திரனது பெருமையை இறைவன் நேர்முகமாகச் சொல்லவில்லை. "அவனால் கழித்து விடப்பட்டவன் நான்" என்று சொன்னான். 'நானே இவ்வளவு நன்றாக வாசிக்கிறேன் என்று நீர் சொன்னீரானால், என் குருநாதர் எப்படி வாசிப்பார் என்பதை நீரே ஊகித்துக் கொள்ளலாம்' எனச் சொல்வதுபோலச் சொன்னார்.

சேவலின் பெருமை

இதைப்போலவே இந்தப்பாட்டில் தன் தந்தையின் பெருமையை அருணகிரிநாதக் குழந்தை நேரே சொல்லவில்லை. அவனுடைய கொடியின் பெருமையைச் சொல்வதன் வாயிலாக அவன் பெருமையைப் புலப்படுத்துகிறது.

பெரிய வெற்றியை உடைய மன்னர்களின் அரண்மனையிலும், கோட்டைகளிலும் கொடி பறக்கும். நெடுந்துரத்தில் வருகிறபோதே காற்றில் ஆடுகிற அந்த வெற்றிக் கொடியைப் பார்த்துவிட்டு எத்தனையோ பேர்கள் அஞ்சி ஓடுவார்கள்.

கடவுளரின் திருக்கோயிலின் வாசலிலும் கொடி பறக்கிறது. ஆடுகின்ற அக்கொடி அத்திருமாளிகையின் பெருமையையும், அதில் இருக்கிற தெய்வத்தின் வெற்றிச் சிறப்பையும் விளக்குகிறது. முருகனுடைய திருக்கோயிலில் பறப்பது சேவற்கொடி, அவன் திருக்கரத்தில் இருப்பதும் அதுவே. அதை நினைக்கும் போது அருணகிரியாருக்குக் கற்பனை விரிகிறது. மயிலின் பிரதாபத்தைப் போன பாட்டிலே

நினைத்தவர், தொடர்ந்து சேவலின் பெருமையை இப்போது நினைக்கிறார். கோழி எவ்வளவு பெருமையுடையது! தேவர்கள் பாராட்டும் கோழி அது; தேவ மகளிர் வாழ்த்தும் கோழி.

"கோழி ஓங்கிய வென்றுஅடு விறற்கொடி
வாழிய பெரிது"

என சூரர மகளிர் வாழ்த்துவார்களாம். திருமுருகாற்றுப் படையில் நக்கீரர் அவ்வாறு சொல்கிறார். அருணகிரிநாதக் குழந்தை இந்த சேவலைப் பற்றிக் கற்பனை செய்ய ஆரம்பித்தது. அந்தக் கற்பனையில் இயற்கையோடு ஒட்டிய பொருத்தம் இருக்க வேண்டுமென்பது அவசியம் அன்று. இது நடக்கும், இது நடக்காது என்று ஆராய்ந்து சொல்வதற்கு அங்கே வேலை இல்லை. இந்த நினைப்பினால் உள்ளம் இன்புறுவதுதான் பயன்.

இப்போது சேவற்கொடியைப் பாராட்டுகிறார் அருணகிரியார்.

வாகனமும் கொடியும்

கடவுளர்களுக்கு பெரும்பாலும் எது வாகனமோ அதுவே கொடியாக இருக்கும். சிவபிரானுக்கு வாகனம் இடபம்; கொடியும் இடபந்தான். திருமாலுக்கு வாகனம் கருடன்; கொடியும் கருடன் தான். முருகப்பெருமானுக்கு அப்படி அல்ல. வாகனம் மயில்; கொடி கோழி. மயிலும் கொடியாக இருப்பதுண்டு. கொடி வேறாக இருந்தாலும் வாகனத்துக்கும் கொடிக்கும் ஒரு தொடர்பு உண்டு. சூரபன்மனது பாதி அம்சம் வாகனமாகிய மயிலாகவும், மற்றொரு பாதி சேவல் கொடியாகவும் இருக்கின்றன.

நாத தத்துவம்

மயில் வாகனத்தில் மூன்று வகை உண்டென்று பார்த்தோம். கோழிக்.கொடியிலும் இரண்டு வகை உண்டு. முதற் கோழி நாதம் என்ற தத்துவம். உலகம் தோன்றுகின்றபோது கடைசியில் வந்து முடியும் தத்துவம் பூமி, பஞ்ச பூதங்களுள் கடைசித் தத்துவம் பிருதிவி. இயங்காமல் இருக்கும் பரமசிவத்தின் உள்ளத்தில் அருள் என்ற இயக்கம் உண்டாகிறது. இயக்கத்தை ஃபோர்ஸ் *(Force)* என்றும், அதற்குரிய ஆற்றலை எனர்ஜி *(Energy)* என்றும் விஞ்ஞானிகள் கூறுவார்கள். பொருளை மாட்டர் *(Matter)* என்பர். முன்காலத்தில் இருந்த விஞ்ஞானிகள் பொருள் வேறு, சக்தி வேறு என்று நினைத்துக் கொண்டிருந்தார்கள். ஆனால் இப்பொழுது பொருள் என்பதும், சக்தி என்பதும் ஒன்றுதான் எனக் கண்டுபிடித்து விட்டார்கள். இயங்காமல் இருந்தால் பொருள்; இயங்கினால் சக்தி. பொருள் சிவம்; இயக்கம் சக்தி.

சிவத்திலிருந்து சக்தி தோன்றியது. சக்திக்குப் பின் ஒன்றன்பின் ஒன்றாகத் தத்துவங்கள் தோன்றின. அப்படித் தோன்றியவைகளில் முதல் தத்துவம் நாதம். இந்த நாத தத்துவத்தைக் குறிப்பிக்கிறது கோழி.

பிரளயகாலத்தில் உயிரினங்கள் எல்லாம் அடங்கிக் கிடக்கின்றன. ஒரு நாள் ராத்திரி என்பது பிரளயத்திற்குச் சமானம். எப்படி எல்லா உயிர்களும் இரவில் அடங்கி இருக்கின்றனவோ, அப்படியே எல்லாத் தத்துவங்களும் ஒன்றில் ஒன்று அடங்கிப் பிரளயகாலத்தில் இருக்கும். தினந்தோறும் தூங்கும் தூக்கத்தை நித்தசங்காரம் என்றும், பிரளயத்தை மகாசங்காரம் என்றும் திருமூலம் குறிப்பிடுவார். மறுபடியும் உயிர்கள் விழிப்படைவது ஜனனம். இரவு விடியப் போகிறது என்பதற்கு அடையாளமாக முதலில் கூவுவது கோழி. பிரளயத்திற்குப் பிறகு உலகம் விரியப் போகிறது என்பதற்கு முதல் அடையாளமாகத் தோன்றுவது நாத

தத்துவம். இந்தத் தத்துவத்திற்கு அறிகுறியாக இருப்பது கோழி.

சேவலான சூரபன்மன்

அடுத்த கோழி சூரபன்மனது சங்கார காலத்தில் எழுந்தது. சூரபன்மனது உடலில் முருகப் பெருமனின் வேல் பாய்வதற்கு முன் அவன் மாமரமாக நின்றான். வேல் அவன் உடலில் பாய்ந்த போது அவனது அகங்காரம், மமகாரம் இரண்டும் பிளக்கப்பட்டு இரு பகுதியாயின. ஒரு பகுதி மயிலாகவும், மற்றொரு பகுதி சேவலாகவும் மாறின. அந்தச் சேவலைத் தன் கொடியாகக் கொண்டான் ஆண்டவன். அது மேலிருந்து கூவுகிறது.

'கொக்கறு கோ'

சேவலைப் பற்றி மிகப் பழங்காலத்து நூலாகிய குறுந்தொகையில் உள்ள கடவுள் வாழ்த்துச் சொல்கிறது.

"சேவலங் கொடியோன் காப்ப

ஏழ வைகல் எய்தின்றால் உலகே"

என்ற அடிகளில் முருகன் ஏந்திய சேவற் கொடியைப் பற்றிய செய்தி வருகிறது. கையில் கோழியைக் கொடியாகப் பிடித்தவன் பாதுகாப்பதால் உலகம் இன்பமான நாளை அடைந்தது என்பது பொருள்.

உலகிலுள்ள எந்தக் கோழி கூவினாலும் வாழ்வு விடிவது இல்லை. ஆனால் எம்பெருமான் திருக்கரத்திலுள்ள கோழி கூவினால் விடிந்துவிடும். கோழி எப்படிக் கூவுகிறது? "கொக்கறு கோ" என்று கூவுகிறது. தமிழ் நாட்டுக்

கோழியானாலும் வேறு எந்த நாட்டுக் கோழியானாலும் இப்படித்தான் கூவுகிறது. இந்தக் குரலுக்குத் தமிழில் ஒரு பொருள் இருக்கிறது. கொக்கு என்பதற்கு மாமரம் என்பது ஒரு பொருள். அறு-அறுத்த; கோ-தலைவன் அல்லது கடவுள். ஆகவே "கொக்கறுகோ" என்பது மாமரத்தை அறுத்த தலைவன் எனப் பொருள்படும். மாமரத்தை அறுத்த தலைவன் யார்? சூரபன்மன் ஆகிய மாமரத்தைப் பிளந்த தலைவன் முருகன். இயற்கையாகவே கோழி கூவுகிறது என்றாலும், தமிழர் அந்தக் குரலுக்குப் பொருள் காண்பதன் மூலம் முருகனை நினைக்கிறார்கள். இப்படி நினைத்துக் கோழி கூவுகிறது எனச் சொல்லவில்லை. அக்குரலைக் கேட்கிற பக்தர்களின் உள்ளம் அப்படி நினைக்கிறது. காலையில் நாம் துங்கிக் கொண்டிருக்கும்போது கோழியைப் பார்ப்பதில்லை; அதன் குரலையே கேட்கிறோம். அந்தக் குரல் நமக்கு மாமரத்தை அறுத்த தலைவன நினைக்கச் செய்கிறது.

அன்பும் நினைப்பும்

முருகனிடத்தில் முறுகிய அன்பு ஏற்பட ஏற்பட இப்படி எல்லாம் நினைக்கத் தோன்றும். ஒரு ஜவுளிக் கடையில் ஒரு பையன் வேலையாக இருக்கிறான். பட்டுப் பட்டாடைகள் அந்தக் கடையில் குவிந்து கிடக்கும் போதெல்லாம் அவன் அவற்றை ஏறெடுத்தும் பார்ப்பது கிடையாது. அவன் ஏதாவது கணக்கைப் போட்டுக் கொண்டே இருப்பான். அவனுக்குக் கல்யாணம் ஆயிற்று. அப்பால் கடைக்குச் சென்றபோது கணக்குப் புத்தகத்தைத் திறப்பதற்கு முன்பு அங்கே கிடந்த அழகான புடைவைகளைப் புரட்டிப் பார்க்கிறான். இன்றைக்கு அவனது உள்ளத்தில் புடைவை கட்டிக் கொள்ளும் பெண்ணிடம் அன்பு மீதுர்ந்து நிற்பதனால் அவனது நாட்டம் புடைவைகளின்மேல் செல்கிறது. அதை வாங்கிக் கொடுத்து, அவள் உடுத்துக் கொண்டால் எப்படி இருக்கும் என நினைத்துப் பார்க்கிறான். இத்தனை நாளும் அவன் அந்தப் புடைவைகளைப் பார்த்தது இல்லையே

என்றால், இத்தனை நாளும் அவன் புடைவை கட்டிக் கொள்பவளுடன் பழகவில்லை. அவன் அன்பு அவள்பால் சென்றது முதல் அவன் பார்வையும் அவளைச் சுற்றிச் சூழ இருக்கிற பொருள்களிடத்தில் செல்கிறது. அது மனித இயல்பு.

முருகப்பெருமானை நினைக்காதவர்களுக்குக் கோழி கூவுவதில் பொருள் ஒன்றும் இல்லை என்றே தோன்றும். ஆனால் அவன்மீது அன்பு சுரக்க ஆரம்பித்தவுடன் கோழி கொக்கற கோ என்று கூவினால் முருகன் திருநாமத்தையே சொல்வதாகத் தோன்றும். ஒவ்வொருவரும் தம் தம் மன இயல்புக்கு ஏற்ற வகையிலே எல்லாப் பொருள்களையும் உணர்ந்து கொள்கிறார்கள். இதற்குப் பல உதாரணங்கள் சொல்லலாம்.

ஹரதத்தர் மனப்பண்பு

ஹரதத்த சிவாசாரியார் என்ற சிவபக்தர் கஞ்சனூர் என்ற ஊரில் இருந்தார். அவர் பெரும் புலவர்; மிகப்பெரியவர். அவர் ஒரு நாள் கோயிலுக்குத் தம் சீடர்களுடன் போனார். அங்கே கோயில் தாசியைக் கம்பத்தில் கட்டி வைத்துத் தர்மகர்த்தர் அடித்துக் கொண்டிருந்தார். அவள் அடி தாங்க முடியாமல் அழுதாள். "ஐயோ! பாவம் இவளை ஏன் இப்படி அடிக்கிறீர்கள்?" என்று ஹரதத்தர் கேட்டார். அதற்கு அந்தத் தர்மகர்த்தர், "இவள் இரண்டு மூன்று நாள் யாரிடமும் சொல்லிக் கொள்ளாமல் ஊருக்குப் போய் விட்டாள். கடவுளுக்கு யார் சேவை செய்வது? சொல்லிக் கொள்ளாமல் இவள் போகலாமா? அதற்காகத்தான் அடிக்கிறோம்" என்றார். அதைக் கேட்டவுடன் ஹரதத்தர் விசித்து விசித்து அழுதார். உடன் இருந்தவர்களுக்கு இவர் ஏன் இப்படி அழுகிறார் என்று தெரியவில்லை. வீட்டிற்கு வந்த பின் அவருடைய மாணாக்கர்கள், "சுவாமி, நீங்கள் ஏன் அப்பொழுது அழுதீர்கள்?"என்று கேட்டார்கள். அதற்கு அவர்,

"கடவுளுக்குச் சேவை செய்யவில்லை என்று தர்மகர்த்தர் அவளை அடித்தாரே, அதுமாதிரி என்னை யாராவது சிறு வயசிலிருந்தே அடித்திருப்பார்களானால் நான் எப்பொழுதோ உயர்ந்திருப்பேனே" என்றார். அவர் சிவபக்தராதலின் அப்படி எண்ணினார். நல்லவற்றையே நினைப்பதற்கும் தனிமனப்பக்குவம் வேண்டும்.

ஆஞ்சநேயர் பண்பு

கம்பராமாயணத்திலே ஓர் இடம். ஆஞ்சநேயர் சீதையைத் தேடிக் கொண்டு இலங்கை போகிறார். இலங்கையிலே சீதையை எங்கும் காணவில்லை. அவர் மனம் துடியாய்த் துடிக்கிறது. "ராமபிரான் சீதையைக் கண்டு வருவேன் எனக் காத்திருப்பாரே; அவருக்கு என்ன சொல்கிறது? சீதையைக் காணோமே! அந்தப் பாவி ராவணன் சீதையை என்ன செய்திருப்பானோ?

"கொன்றானோ கற்பழியாக் குலமகளைக் கோளரக்கன்

தின்றானோ"

என்று நினைத்து வேதனைப்படுகிறார். வேறு சிலர், "அவன் சீதையைக் கெடுத்திருப்பானோ? அதனால் அவள் தற்கொலை செய்து கொண்டிருப்பாளோ?" என்று எண்ணலாம். மனத்தாலும் அவன் அவளைக் கெடுத்திருப்பானோ என்ற ஐய நினைப்பு ஆஞ்சநேயருக்கு உண்டாகவில்லை. இது அவருடையது தூய உள்ளப் பண்பைக் காட்டுகிறது.

இப்படித்தான் நல்ல குணம் படைத்தவர்கள் உலகிலுள்ளவற்றையெல்லாம் நல்லனவாகவே நினைக்கிறார்கள். இறைவன் இடத்தில் அன்பு ர்துார்ந்துவிட்டால் எல்லாப் பொருள்களிடத்திலும் இறைவனுடைய தொடர்பையே காண்கிறார்கள்.

முருகனுடைய பக்தர்களுக்குக் கோழி கூவுவதைக் கேட்டவுடனே விழிப்பு ஏற்பட்டுவிடுகிறது. கொக்கறுகோ என்ற ஒலி முருகனுடைய நினைவை உண்டாக்குகிறது.

உலகத்துக் கோழி

உலகத்தில் உள்ளவர்கள் இருள் நிரம்பிய இரவில் தூங்கிக் கொண்டிருக்கிறார்கள். கோழியின் குரலைக் கேட்ட மாத்திரத்தில் இருள் நீங்கி ஒளி வரப்போகிறது என்பதை உணர்ந்து கொண்டு எழுந்துவிடுகிறார்கள். எழுந்தவுடன் இருள் நீங்குவதில்லை என் றாலும், நிச்சயமாக இன்னும் சிறிது நேரத்தில் பொழுது விடிந்து விடும் என எண்ணி ஒளியை எதிர்நோக்கி விழித்துக் கொண்டு விடுகிறார்கள். சூரியன் எழப் போகிறான்; அவனை எதிர்நோக்கி இப்பொழுதே எழுந்துவிடுங்கள் என்று எச்சரிக்கை செய்வது போலக் கூவுகிறது கோழி. இது உலகத்துக் கோழியின் செயல்.

அகவிருள்

புறத்தே கப்பியிருக்கும் இருளைப் போல மக்களுடைய அகத்திலும் இருள் உண்டு. அந்த இருளுக்கு அறியாமை என்று பெயர். புறத்தே இருளில் எந்தப் பொருளின் உண்மை உருவமும் தோன்றாததுபோல, அகத்துள்ள இருளினால் பொருள்களின் உண்மையான இயல்பு தோன்றுவதில்லை. எது நிலைக்கும் தன்மையை உடையது, எது நிலையாதது என்று பகுத்துப் பார்க்கும் திறமை இருப்பதில்லை. அறியாமையாகிய மருளால் பொருள் அல்லாதவற்றைப் பொருளாக எண்ணி மயங்கி, மேலும் மேலும் பிறவிக்கு வழிதேடிக் கொள்கிறோம்.

கோழி கூவியும் எழுந்திருக்காத மக்கள் இருக்கிறார்கள். சூரியன் உதயமாகியும் தூங்கும் கும்பகர்ணர்களும் இருக்கிறார்கள். கோழி கூவுவதைப் பயன்படுத்திக் கொள்கிறவர்கள், சூரியன் ஒளியையும் பயன்படுத்திக் கொள்வார்கள்.

முருகன் ஞானமே வடிவானவன்; ஞானபண்டித சாமி. அவன் அருளால் அறியாமை இருள் ஒழிய வேண்டும். அது ஒழிவதற்கு முன்னால் நம்முடைய தூக்க மயக்கம் போக வேண்டும்; தாமத குணம் தொலைய வேண்டும். அதைப் போகச் செய்வது எது? அதுவும் இறைவன் திருவருள்தான்.

சாதன அருள்

இறைவனுடைய திருவருளில் இரண்டு வகை உண்டு. ஒன்று சாதன அருள்; அவனுடைய பேரருளைப் பெறுவதற்கு ஏற்ற முயற்சிகளைச் செய்யும் ஆற்றலை அளிப்பது.

"அவன்அரு ளாலே அவன்தாள் வணங்கி"

என்று மணிவாசகர் குறிப்பிடும் அருள் அது. அவன் தாளை வணங்கிப் பக்குவம் அடைந்தபோது கிடைக்கும் அருள் சாத்திய அருள். ஒன்று கருவி; மற்றொன்று பேறு. ஒன்று வழி; மற்றொன்று திருமாளிகை.

எல்லோரும் சனாதனங்களைப் பயிலுவதில்லை. அதற்குரிய பாக்கியம் அவர்களுக்கில்லை என்றே சொல்லவேண்டும். தூங்கிக் கொண்டிருப்பவர்களை எழுப்பும் கோழியைப் போல, அவனை வணங்கிச் சாதனை செய்ய இறைவனுடைய அருளே, சாதன அருளே வேண்டும். அந்த அருளுக்கு அடையாளமாக நிற்பது கோழி. அது தூங்குகிறவர்களை எழுப்பி கதிரவனது வருகைக்குக் காத்திருக்கச் செய்கிறது.

அவன் அருளைக் கொண்டேதான் உலகிலுள்ளவற்றில் நித்தியம் எது, அநித்தியம் எது என்று சிந்தித்து அறிவும் விவேக உணர்ச்சி உண்டாகும்.

மனிதனாகப் பிறந்த ஒவ்வொருவனுக்கும் நாம் இறந்து போகப் போகிறோம் என்ற உண்மை தெரியாதது அல்ல. ஆறு ஏழு வயசுக் குழந்தைக்கே சாவைப் பற்றித் தெரியும். அதைத் தெரிந்து கொண்ட பிறகும் நல்ல நெறியில் செல்ல முயல்வதில்லை. நமக்குச் சாவு வருவது உறுதியென உணர்ந்து, பிறந்து பிறந்து சாகாமல் இருக்கும் நிலையை நாம் அடைய வேண்டுமென்ற உணர்ச்சி உடையவர்களுக்கு, உலகிலுள்ள இருளில் அகப்பட்டு மயங்கித் தூங்கிப் போகாமல் இருக்க எம்பெருமான் திருக்கரத்திலுள்ள கோழி கூவுகிறது. அதைக் கேட்டு முயற்சி உடைய மனிதர்கள் எல்லோரும் அந்தக்கோழியைக் கொடியாக உடைய எம்பெருமானை வணங்கத் தலைப்படவேண்டும்.

"கோழிக் கொடியன் அடிபணி யாமல் குவலயத்தே
வாழக் கருதும் மதியிலிகாள்"

என்று வேறு ஒரு பாட்டில் பாடுகிறார் அருணகிரியார். அந்தச் சேவலின் செயலை அவர் சொல்வதைக் கவனிக்கலாம்.

வேலவன்

படைபட்ட வேலவன் பால்வந்த
வாகைப் பதாகை என்னும்
தடைபட்ட சேவல் சிறகடிக்
கொள்ள.

மயிலைப் பற்றிப் போன பாடலிலே சொன்னபோது "வெற்றி

வேலோன் வாகனம்" என்றார். இங்கேயும் அந்த வேலை முதலில் எண்ணி, 'படைபட்ட வேலவன்' என்றார். படைபட்ட வேலவன் - படையாக அமைந்த வேலையுடைய முருகன். அவனிடம் வந்த கொடி சேவல். பதாகை என்பது கொடி. வாகை என்பது ஒரு மலர். அது வெற்றி அடைந்தவர்கள் சூடுகிற பூ போருக்குக் கிளம்பும்போது ஒரு மலர், போர் நிகழும்போது ஒரு மலர், வெற்றி அடைந்தால் ஒரு மலர் எனச் சூடுவது மரபு. வெற்றி பெற்றவர்கள் வாகை மலர் சூடுவது வழக்கம். மலரைச் சூட்டிக் கொண்டாலும், சூட்டிக்கொள்ள விட்டாலும் வாகை சூடினான் என்றாலே வெற்றி அடைந்தான் என்று பொருள்படும். வாகைப் பதாகை - வெற்றியையுடைய கொடி. கோழிக் கொடி முருகன் வெற்றியை உடையவன் என்பதற்கு அடையாளமாக இருப்பது மாத்திரம் அன்று. பக்தர்களுக்கு எப்போதும் வெற்றியை உண்டாக்கும் இயல்பையும் உடையது.

வேலைத் தன் திருக்கரத்தில் உடையவன் ஆதலால் எல்லோரும் அவனை வேலவன், வேலாயுதன், வெற்றிவேற் பெருமான் என்று பலவகையாக அழைக்கிறார்கள். உலகில் போர் நிகழும் காலத்தில் தான் அவன் கையில் வேல் பிடிக்கிறான் என்பது அல்ல. மக்கள் உள்ளத்தில் நாள்தோறும் போர் நடந்து கொண்டிருக்கிறது. சத்துவ குணத்துக்கும், தாமச குணத்துக்கும் நடக்கும் யுத்தத்தில் சத்துவ குணம் வெற்றிபெற வேண்டி ஞான சக்தியாகிய வேலை அவன் திருக்கரத்தில் வைத்திருக்கிறான். அதைப் போலவே வாகைப் பதாகையும் அவன் திருக்கரத்தில் உள்ளது. ஆன்மாக்கள் தூங்கித் தூங்கி விழிப்பது போல, இறந்து பிறந்து அல்லலுற்று அறியாமையில் சிக்கி இருப்பதைக் கண்டு, அவர்களுக்கு ஞான ஒளிபரப்ப முருகன் வருவான் என்ற நம்பிக்கையை ஊட்ட அது கூவுகிறது. அறியாமை இருளில் தூங்கிக் கிடக்கிற அவர்களை எழுப்புவதற்குக் கங்கணம் கட்டிக் கொண்டு கூவுகிறது.

தடையற்ற சேவல்

தடைப்பட்ட சேவல் என்பதற்குத் தடை உண்டாகிய சேவல் என்று பொருள் கொள்வது சரியன்று. இறைவன் கரத்தில் ஏறுவதற்கு முன்னால்தான் அந்தச் சேவல் தடையிற்பட்டு இருந்தது. எம்பெருமான் வெற்றி கொடியில் வந்த பிற்பாடு அதற்குத் தடையே இல்லை. சூரசங்காரம் ஆன பிறகு அதன் தடை நீங்கிற்று. இன்றைக்குத் தடைகள் பட்டுப் போன, ஒழிந்த, சேவலாகச் சர்வ சுதந்தரத்துடன் எம்பெருமானது வாகைப் பதாகையில் இருந்து கூவுகிறது.

சிறகடிக்கும் சேவல்

சேவல் எழுந்து சிறகை அடித்துக் கொண்டு எழும்புவது பறப்பதற்காக அல்ல. மற்றப் பறவைகள் சிறகை அடிக்கும்போது எழுந்து பறக்கும். ஆனால் சேவலோ சிறகை அடித்துக் கொண்டு கூவும். பொழுது புலர்வதற்கு முன்னாலே கோழி கூவும். கோழி கூவிவிட்டால் நிச்சயம் பொழுது புலர்ந்துவிடும் என்று நமக்குத் தெரியும். அது கூவுவதற்கு முன்னால் சிறகை அடிக்கிறது.

எம்பெருமான் திருக்கரத்திலுள்ள கோழியும் சிறகை அடிக்கிறது. அதனை வருணிக்கிறார். சாதாரணமான கோழி சிறகை அடித்தாலேயே கீழே உள்ள தூசிகள் பறக்கும். எம்பெருமான் திருக்கரத்திலுள்ள கோழி சிறகை அடித்துக் கொள்கிறபோது என்ன ஆகிறது? உலகமே கிடுகிடாய்க்கிறது.

சலதிகிழிந்து
உடைபட்டது அண்ட கடாகம்;
உதிர்ந்தது உடுபடலம்;
இடைபட்ட குன்றமும் மாமேரு

வெற்பும் இடிபட்டவே.

இது எந்தப் புராணத்தில் இருக்கிறது? எந்தப் புராணத்திலும் இல்லை. தத்துவப் பொருளை உள் அடக்கிய கற்பனை விரிகிறது அருணகிரியாருக்கு. அந்தத் தத்துவத்தை இனிப் பார்ப்போம்.

வெற்றிக் கொடியிலே நின்று சேவல் சிறகை அடித்துக் கொள்ள, முதலில் என்ன ஆயிற்று? சலதி கிழிந்தது; கடல் கிழிந்து போயிற்றாம். அதற்குப் பிறகு என்ன ஆயிற்று? உடைபட்டது அண்ட கடாகம். பூலோகம் வட்டவடிவமானது எனப் பெரியோர்கள் கற்பனை செய்து சொல்கிறார்கள். கோழி முட்டையைப் போல ஒரு கோளவடிவமாக இருக்கிறது என்பதை வான சாஸ்திரிகளும் சொல்கிறார்கள். சின்னச் சின்ன முட்டை வடிவமான கோளங் களை உடைய பெரிய முட்டையைப் போலப் பிரபஞ்சம் இருக்கிறது. இதைத்தான் அண்டம் என்று சொல்வர். அண்டம் என்பது முட்டைக்கே ஒரு பெயர்; பிரபஞ்சத்திற்கும் பெயர். அந்தப் பிரபஞ்சத்தைச் சுற்றி மண்ணால் ஒரு சுவர் எடுத்தாற்போல அதன் எல்லை இருக்கிறது. அது கண்ணுக்குத் தெரிவது அன்று. ஆனாலும் அந்த எல்லை இருக்கிறது. அந்தப் பிரபஞ்ச எல்லையாகிய சுவர் உடைபட்டது; தூள்தூளாக விழுந்தது.

பிறவிக்கடல்

இவற்றின் உட்கருத்து என்ன? பிறவியைப் பெருங்கடல் என்று சொல்வது வழக்கம். ஒரு கடலுக்கும் மற்றொரு கடலுக்கும் வேறுபாடு இல்லாவிட்டாலும் அந்த அந்தப் பிராந்தியத்திலுள்ள நீர் பரப்புக்கு இந்துமகா சமுத்திரம் என்றும், பசிபிக் மகாசமுத்திரம் என்றும் வேறு பெயரிட்டு அழைக்கவில்லையா? அதைப் போலப் பிறவிப் பெருங்கடலுக்குக் கரை இல்லாவிட்டாலும் அந்த அந்தப்

பிறவியைத் தனியாகப் பார்க்கிறோம். முருகப் பெருமானது கையிலுள்ள கோழி சிறகை அடித்த மாத்திரத்தில் பிறவிப் பெருங்கடல் கிழிந்துவிட்டது; பிறவித் துன்பம் இல்லையாகி விட்டது.

பிரபஞ்ச வாசனை

இனி வரும் பிறவி இல்லை; இப்பொழுது வந்த பிறவி என்ன ஆயிற்று? இந்தப் பிறவியில் பிரபஞ்ச சம்பந்தமே இல்லாமல் போய்விட்டது. "பிரபஞ்சம் என்னும் சேற்றைக் கழிய வழி விட்டவா" என்று ஆச்சரியப்பட்டவர் அல்லவா அருணகிரியார்? இந்தப் பிறவியில் இருந்த பற்றுக்கள் யாவும் உடைபட்டுவிட்டன.

இறைவன் திருவருளினால் உலகம் தோன்றியது. எங்கும் இறைவன் மயமாகவே இருந்தும் அவனை நம்மால் காண முடியவில்லை; அதற்குக் காரணம் மாயை இருள்.

"பரத்தை மறைத்தது பார்முதற் பூதம்
பரத்தின் மறைந்தது பார்முதற் பூதம்"

என்பர் திருமூலர். இறைவனிடம் நாட்டம் இல்லாதவர்களுக்கு உலகம் பெரிய முட்டையாக வட்டமாக இருக்கும். ஆனால் ஞானம் பெற்ற ஆன்மாக்களுக்கு இறைவன் மயமாக இருக்கும். அப்பொழுது பிரபஞ்சம் என்பதன் எல்லை உடை பட்டுப் போகும்; பிரபஞ்சமே இல்லையாகும். அண்ட கடாகம் உடைபட்டது என்பது அதையே குறிக்கிறது.

இறைவன் திருவருள் அநுபவம் உண்டாவதற்கு முன்னாலே மனப் பக்குவமடைந்து வருகின்றது என்பதற்கான

அடையாளங்களாக இவை இருக்கின்றன. இறைவன் திருக்கரத்திலுள்ள கோழி சிறகை அடித்துக் கொண்டாலோ போதும்; பிறவிக் கடல் கிழிந்து போய்விடும்; இனி வருகின்ற பிறவிகள் இல்லை. அது மாத்திரமா? எடுத்த பிறவியிலும் பிரபஞ்ச திருஷ்டி போய்விடும். அதற்கப்பால் என்ன நிகழும்?

தேவலோக இன்பம்

உதிர்ந்தது உடுபடலம்

உடு என்பது நட்சத்திரம். படலம்-பரப்பு. நட்சத்திரப் பரப்பு முழுவதும் உதிர்ந்ததாம். வரப்போகின்ற பிறவிகள் எல்லாம் கிழிந்துவிட்டன; இந்தப் பிறவியிலும் பிரபஞ்ச வாசனை உடைபட்டுப் போய்விட்டது என்ற கருத்தை முன் நிகழ்ச்சிகள் காட்டின. மேலே இருக்கிற நட்சத்திரப் படலங்கள் உதிர்ந்தன என்பதன் மூலம், தேவலோக வாழ்க்கையாகிய சொர்க்க இன்பம் இந்தப் பிறவியில் நான் செய்கின்ற புண்ணியங்களின் விளைவாக ஏற்படும் என்ற ஆசையும் உதிர்ந்தது என்னும் கருத்துக் குறிப்பாகப் பெறப்படும். புண்ணியம் செய்வதனாலே தேவலோகம் கிடைக்கும் எனச் சாதாரண மக்கள் அதனை விரும்பலாம். ஞானிகளுக்கு அதனால் ஒன்றும் பயன் இல்லை. அந்த நிலையையும் விட மேலான ஒரு நிலை இருக்கிறது. அதுவே வீடு.

"வானோர்க்கு உயர்ந்த உலகம்"

என்று இதனை வள்ளுவர் சொல்கிறார். உண்மையான அருள் இன்பம் பெற்ற ஜீவன் முக்தர்களுக்குக் கிடைக்கின்ற நிலை இது. ஆகவே ஞானிகளுக்குத் தேவலோகத்தினால் பயன் இல்லை. உதிர்ந்தது உடுபடலம் என்பது; இந்தத் தேவலோக இன்பங்களும் பயனின்றி உதிர்ந்தன என்பதை உணர்த்துகிறது. கோழி இறக்கையை அடித்துக் கொண்ட மாத்திரத்தில் பிறவிக்

கடல் கிழிந்து போய்விட்டது; இந்தப் பிறவியில் உண்டான பிரபஞ்ச வாசனையும் உடைந்து போய்விட்டது, இனி இறந்தபின் கிடைக்குமென்ற தேவலோக இன்ப வாழ்க்கையும் உதிர்ந்து போய்விட்டது. இனி அடுத்தது என்ன?

அகங்கார மமகாரங்கள்

இடைபட்ட குன்றமும் மாமேரு
வெற்பும் இடிபட்டவே.

ஒரு பெரிய மலை; அந்த மலையைச் சுற்றிப் பல குன்றுகள் இருக்கின்றன. இவ்வளவு மலைகள் இருப்பதனாலே இவற்றுக்கு நடுவில் தம்பமாக இருக்கிற மலை மிக வலிவு உள்ளதாகத்தானே இருக்கும்? மிக வலியைப் படைத்த ஒன்றுதான் கடைசியில் அழிந்து போகும். மகா மேரு மலை கிடு கிடுப்பதற்கு முன்னால் இடையிலுள்ள குன்றங்கள் எல்லாம் இடிபட்டன. கடைசியில் மாமேரு வெற்பும் இடிபட்டது. இதன் பொருளையும் சற்றே பார்க்கலாம்.

அகங்காரமானது, மமகாரத்தைச் சுற்றிலும் பெற்று, மிக்க வலிவுடையதாக, தம்பமாக, நிற்கிறது; மேருவைப் போல நிற்கிறது. இந்த அகங்காரம் என்ற ஒன்று, நான், நான் என்ற குரலை எழுப்பி இந்த உலகத்தில் பிறவிப் பிணியில் சிக்க வைக்கிறது. நான் என்ற ஒன்றைச் சுற்றி எனது என்ற மமகாரம் விரிந்து கொண்டே போகிறது. நான் என்பது அகப்பற்று. எனது என்பது புறப்பற்று. நான் என்பது மனிதன். எனது என்பது மனிதனோடு சம்பந்தப்பட்ட, பிணைக்கப்பட்ட, மற்ற எல்லாம். நான் என்ற தம்பம் ஒன்று. எனது என்ற குன்றுகள் பல. நான் என்ற புள்ளியை மையமாகக் கொண்டு எனது என்ற வட்டம் விரிந்து கொண்டே போகிறது. இவை

எல்லாம் நாம் போக வேண்டிய மார்க்கத்தில் தடையாக இருக்கின்றன.

நாம் இறைவனை நோக்கிய நெறியில் செல்லவேண்டும். அதற்குத் தடையாக இருப்பவை பிறவிக் கடல், இந்தப் பிரபஞ்ச வாசனை, தேவலோக இன்பம். இவை மூன்றும் முதலில் அற்றுப் போக வேண்டும். இவற்றுக்கும் மேலாக மமகாரம், அகங்காரம் என்பவை இருக்கின்றன. ஒரு பெரிய காற்று அடிக்கும்போது முதலில் ஆலிலைப் பழுப்புக்கள் உதிர்கின்றன. அப்புறம் வீட்டின் கூரைகள் பறக்கின்றன. கடைசியில் வீடே இடிந்து விழுகிறது.

அதுபோல இறைவன் திருக்கரத்திலுள்ள கோழி சிறகை அடித்துக் கொண்ட மாத்திரத்தில் பிறவிக் கடல் கிழிகிறது; பிரபஞ்ச வாசனை அற்றுப் போகிறது; தேவலோக இன்பப் பற்று உதிர்ந்து போகிறது. எனது எனது என்ற மமகாரங்களாகிய குன்றுகள் இடிபடுகின்றன. பிறகு, எனது என்ற மமகாரக் குன்றுகளுக்கு எல்லாம் மையமாக இருக்கிற நான் என்ற அகங்கார மேருவும் இடிபடுகிறது. அதுவே கடைசியில் இடிகிறது.

ஞான உதயம்

நம்மை நல்ல வழிக்குக் கொண்டு வர வேண்டு மென்பதற்காகச் சேவற் கொடியை உயர்த்திப் பிடித்துக் கொண்டிருக்கிறான் எம்பெருமான். அது நமக்குச் சாதன அருளாக நிற்கின்றது. அறியாமை இருளில் தூங்கிக் கொண்டிருக்கிற ஆன்மாக்களுக்கு, ஞான சூரியனது உதயத்தை அறிவிப்பதற்காக அந்தக் கொடியிலுள்ள கோழிக் கூவுகிறது. அது கூவுவதற்கு முன்னே சிறகை அடித்துக் கொள்கிறது. சிறகை அடித்துக் கொள்ளும்போதே ஆன்மாக்களுக்கு மனப் பக்குவம் ஏற்பட்டுவிடுகிறது.

கூவினால் இன்பம் பொங்கும். அது சிறகை அடித்துக்கொள்ளும் போது ஆன்மாக்களுடைய பிறவி ஒழிய, பிரபஞ்ச வாசனை போக, தேவலோக இன்பம் என்ற பற்று நீங்க, மமகாரம், அகங்காரம் எல்லாம் அழிந்து போகின்றன. அவை போகும் போது ஞானம் தோன்றுகிறது; இன்பம் உண்டாகிறது.

எம்பெருமான் திருவருளைப் பெற்று இன்பநலங்களைத் துய்க்க வேண்டுமானால் அதற்கு ஏற்ற மனப்பக்குவம் முதலில் நமக்கு வர வேண்டும். அந்தப் பக்குவம் சாதன அருளால் வரும்; அதனை ஏற்படுத்துவதற்காக அவன் திருக்கரத்தில் சேவல் கொடி இருக்கிறது. முதலில் அந்தக் கொடிக்கு ஒரு கும்பிடு போட வேண்டும்.

படைபட்ட வேலவன் பால்வந்த
வாகைப் பதாகைஎன்னும்
தடைபட்ட சேவல் சிறகடிக்
கொள்ளச் சலதிகிழிந்து
உடைபட்டது அண்ட கடாகம்;
உதிர்ந்தது உடுபடலம்;
இடைபட்ட குன்றமும் மாமேரு
வெற்பும் இடிபட்டவே.

(ஆயுதமாக அமைந்த வேலையுடைய முருகனிடம் வந்த வெற்றியையுடைய கொடி என்று பலரும் பாராட்டும், தடை அழிந்த சேவலானது, தன் சிறகை அடித்துக் கொள்ள, அதனால் கடல் கிழிய, அண்டச் சுவர் உடைபட்டது; நட்சத்திரப் படலம் உதிர்ந்தது; நடுவில் உள்ள மலைகளும் மகாமேரு கிரியும் இடிபட்டன.

படைபட்ட - ஆயுதமாக உண்டான, படையாக அமைந்த. சூர சங்காரத்துக்குப் பின் அவன் கையில் வந்து அமர்ந்தமையின் 'வந்த' என்றார். வாகை - வெற்றி; ஆகுபெயர். பதாகை - கொடி. தடைபட்ட - தடைகள் அழிந்த, அடிக் கொள்ள - அடிக்க. சலதி - கடல். அண்டகடாகம் - பிரபஞ்சப் பரப்பு. உடுபடலம் - நட்சத்திரப் பரப்பு. இடைபட்ட - நடுவிலே உள்ள.)

முன் பாட்டில் மயிலின் வேகத்தினால் மேரு அசைய எண்திசை வரைகளும் தூள்பட்டனவென்று பாடினார். இந்தப் பாட்டிலும் அந்த இரண்டும் பட்ட பாட்டைச் சொன்னார்.

கிங்கிணி ஓசை

1

குழந்தைப் பருவம்

முருகனுடைய திருவிளையாடல்களை அழகுபடச் சொல்லி வரும் அருணகிரிநாதர், அவனுடைய குழந்தைப் பருவச் செயல்களைச் சொன்னார். பிள்ளைப் பருவத்தைப் பாராட்டும் ஒருவகைப் பிரபந்தத்துக்குப் பிள்ளைத் தமிழ் என்று பெயர். காப்புப் பருவம், தாலப்பருவம், செங்கீரைப் பருவம், சப்பாணிப் பருவம், முத்தப் பருவம், வருகைப் பருவம், அம்புலிப் பருவம், சிற்றில் பருவம், சிறுபறைப் பருவம், சிறுதேர்ப் பருவம் என்று பத்துப் பருவங்களாகப் பிரித்து ஒவ்வொரு பருவத்தையும் சிறப்பித்துப் பாடுவார் புலவர்.

அருணகிரியார் தனியே பிள்ளைத் தமிழ் என்று பெயர் வைத்து ஒன்றும் பாடவில்லை. ஆனாலும் பிள்ளைப் பருவ வருணனைகளை அவர் பாடலிற் காணலாம். பெரியாழ்வார் கண்ணபிரான் உடைய பால லீலைகளைப் பாடியிருக்கிறார். பிள்ளைத்தமிழ் என்று பெயரிட்டுச் சொல்லாவிட்டாலும் பிள்ளைப் பருவத்தைப் பற்றிய தமிழ்ப்பாடல்கள் அவை. அப்படியே முருகனுடைய பிள்ளைப் பருவத் திருவிளையாடல்களை அருணகிரிநாதர் அங்கங்கே சொல்லியிருக்கிறார். உமா தேவியாரின் பாலை அருந்திச் சரவணப் பொய்கையில் உள்ள தாமரையாகிய தொட்டிலில் ஏறித் துயின்றதையும், அழுததையும் "திருந்தப் புனவங்கள்" என்ற பாட்டில் வருணித்தார். தாலப் பருவத்துச் செயல்கள் அவை. துயிலுகின்ற முருகக் குழந்தை விழித்துக் கொண்டு காலை உதைத்து விளையாடுகிறது. அதன் உடம்பு அசைகிறது.

அப்போது அதன் இடையிலுள்ள சலங்கை குலுங்குகிறது. அந்த ஓசையினால் என்ன என்ன விளைந்தன என்று இந்தப் பாட்டில் அருணகிரி நாதர் சொல்கிறார்.

சோமாஸ்கந்தர்

குழந்தை முருகனுடைய விளையாட்டை நினைக்கிறார். அம்பிகையின் குழந்தை அவன். அந்த அம்பிகை பரம சிவனுடைய மனைவி. சிவனும் சக்தியும் சேர்ந்து நிற்கிற கோலம் அர்த்த நாரீசுவரக்கோலம். இருவரும் இணைந்த மூர்த்தி அது. சிவம், சக்தி, முருகன் மூவரும் இணைந்த கோலம் ஒன்று உண்டு. மாகேசுவர மூர்த்தங்கள் என்று சிவபிரானுக்குரிய திருக் கோலங்கள் இருபத்தைந்தைத் தனியே வரிசைப்படுத்திப் புராணங்கள் கூறும். அந்த இருபத்தைந்தில் சோமாஸ்கந்த மூர்த்தமும் ஒன்று. அம்மை, அப்பன், சேய் என்ற மூவரும் ஒருவராய மூர்த்தி அது. உமாதேவியாரோடும் கந்தனோடும் இணைந்தவனாகச் சிவபெருமான் இருக்கும் கோலம் சிறந்தது.

ஒவ்வொரு கோயிலிலும் சோமாஸ்கந்த மூர்த்தியைக் காணலாம். வலப்பக்கத்தில் பரமசிவனும் இடப்பக்கத்தில் அம்பிகையும் இடையில் முருகனும் காட்சி தரும் அந்த இணைப்புக் கோலத்தை நாயகர் என்று சொல்வார்கள். திருவாரூரில் தலைமை பெற்று எழுந்தருளியிருக்கும் தியாகராஜர் சோமாஸ்கந்தரே.

ஆலயங்களில் நித்திய பூஜை நடக்கின்றது. அதில் நேரும் குறைபாடுகளுக்குப் பரிகாரமாக நைமித்திகமாகிய விழாக்கள் நடைபெறுகின்றன. ஆலயத்தின் பெருமை விழாக்களால் மிகுதியாகிறது; பயனும் மிகுதியாகிறது. விழாவைச் சிறப்பு என்று சொல்வார்கள்.

'சிறப்பொடு பூசனை செல்லாது, வானம்
வறக்குமேல் வானோர்க்கும் ஈண்டு'

என்று திருவள்ளுவர் நைமித்திகமாகிய விழாவைச் சிறப்பென்று குறிக்கிறார்.

விழாக்களுக்குள் சிறந்தது திருத்தேர் விழா அதைப் பிரம்மோற்சவம் என்பர். அதைப் பாராட்டி உலா என்ற பிரபந்தத்தைப் புலவர்கள் பாடியிருக்கிறார்கள்.

இவ்வளவு சிறப்புடைய பிரம்மோற்சவத்தில் திருத்தேரில் எழுந்தருளும் மூர்த்தி யார் தெரியுமா? சோமாஸ்கந்த மூர்த்தி தான். உலகத்தாருடைய பாவத்தைப் போக்கி அருளை வழங்க இறைவன் குடும்பத்தோடே எழுந்தருளி வருகிறான்.

அப்பர் சுவாமிகள் இந்தக் குடும்பத்தைப் பாராட்டுகிறார். அம்மையும் அப்பனும் பிள்ளையுமாக இருக்கும் தெய்வக் குடும்பத்தை அவர் பாராட்டும் முறை அவர் சிவ பக்தர் என்பதைக் காட்டுகிறது.

"நன்க டம்பனைப் பெற்றவள் பங்கினன்"

என்று சொல்கிறார். நன்கடம்பனாகிய முருகன் குழந்தை; அவனைப் பெற்றவள் உமாதேவி; அவளைப் பங்கில் உடையவன் சிவபெருமான். குழந்தை, மனைவி இருவரையும் சொல்லிக் குடும்பத் தலைவனையும் சொல்கிறார். மற்ற இருவர்களையும் குடும்பத் தலைவனோடு சார்த்திச் சொல்கிறார். குடும்பத் தலைவனைப் பாடும் பணியை உடையவர் அவர்.

அருணிகிரிநாதர் முருகனைப் புகழ்கிறவர். அவனையே முக்கியமாக வைத்துப் பேசுகிறார். முருகன், அவன் தாய், அவள் கணவர் என்ற வரிசையில் கடைசியில் சிவபெருமானிடம் வந்து முடிக்கிறவர் அப்பர். அருணகிரிநாதரோ சிவன், அவன் தலைவி, அவள் குமாரன் என்ற வரிசையில் மூவரையும் வைத்துக் கடைசியில் குமாரனிடம் வந்து முடிக்கிறார்.

ஒருவரைப் பங்கில் உடையாள் குமாரன் தமக்குச் சமானமே இல்லாதவர் சிவபெருமான், ஒருவர். அவரைத் தம் பங்கில் வைத்துக் கொண்டிருப்பவள் உமாதேவி. அவள் குமாரன் முருகன். அவனைப் பற்றிச் சொல்லப் போகிறார்.

தாயின் சார்பு

இங்கே ஒரு புதுமையைக் காண்கிறோம். அப்பர் சுவாமிகள், "பெற்றவள் பங்கினன்" என்றார். உமாதேவியை ஒரு பாகத்தில் உடையவன் என்று சொல்வதே பெருவழக்கு. அர்த்தநாரீசுவரன் என்ற அந்தக் கோலத்திலுள்ள இறைவனுக்குப் பெயர். அருணகிரிநாதர் அர்த்தநாரீசுவரனைச் சொல்லவில்லை; அர்த்தேசுவர நாரியைச் சொல்கிறார். இறைவனைத் தன் பாகத்திலே கொண்டவள் உமாதேவி என்று அம்பிகைக்குத் தலைமை கொடுத்துச் சொல்கிறார்.

குழந்தையாகிய முருகன் கட்சியைச் சேர்ந்தவர் அருணகிரியார். குழந்தைக்கு அம்மா, அப்பா இருவரிடமும் அன்பு உண்டு. ஆனால் அம்மாவிடம் ஒரு மாற்று அதிகமாகவே இருக்கும். குழந்தை அம்மாவை உணர்ந்து, பிறகே அப்பாவை உணர்கிறது. தாயினிடம் ஒட்டிக் கொண்டுள்ள குழந்தைக்கு அம்மா, அப்பாவின் மனைவி அல்ல; அப்பாதான் அம்மாவின் கணவர். உலகத்தாருக்கு அவருடைய மனைவி அவள். ஆனால் குழந்தைக்கு

அவளுடைய கணவர் அவர். அவளுக்குத்தான் தலைமை. அவள் உடையவள்; அவன் உடைமைப் பொருள். அம்மாவுக்கு பெருமை தரும் குழந்தையின் கட்சியைச் சார்ந்த அருணகிரிநாதரும் அந்த அன்னைக்கே சிறப்புக் கூறுகிறார்.

"த்ரிபுராந் தகனைத் த்ரியம்பகனைப்
பாகத்தில் வைக்கும் பரமகல் யாணி"

என்று பின்பும் சொல்வார்.

அப்பைய தீட்சிதர் என்ற பெரிய வடமொழி வித்துவான் ஒருவர் இருந்தார். அவர் சிறந்த சிவபக்தர். பல நூல்களின் ஆசிரியர். மன்னர்களாலும் மக்களாலும் நன்கு மதிக்கப் பெறுபவர். அவருடைய மனைவியின் பெயர் ராஜம். அந்த அம்மை பிறந்த வீட்டிலும் ஊரிலும் அவளை ஆச்சா என்றே அழைத்து வந்தார்கள்.

ஒருநாள் அப்பைய தீட்சிதர் தம் மாமனார் ஊருக்குப் போய் இருந்தார். அவரைக் கண்ட ஊர்ப் பெண்கள், “அதோ ஆச்சா புருஷர் போகிறார் பாருங்களடி" என்று பேசிக் கொண்டார்கள். அது அவர் காதில் பட்டது.

அவரை நேரே சுட்டி இன்னார் என்று அவர்கள் சொல்லவில்லை. நாட்டில் பலரும் புகழும் கவிஞராய், சாஸ்திர வல்லுநராய், நூலாசிரியராய் விளங்கிப் அவருடைய பெருமைகளில் ஒன்றைக்கூடச் சுட்டவில்லை. அவர் பெயரைக்கூடச் சொல்லவில்லை. ஆச்சாவோடு சார்த்திச் சொன்னார்கள். அவர்களுக்கு ஆச்சாவைத்தான் தெரியும்.

இதைக் கேட்ட அப்பைய தீட்சிதர், "அஸ்மிந் கிராமே ஆச்சா பிரஸித்தா" என்றாராம். "என் மனைவியின் ஊரில் ஆச்சாதான் பிரசித்தமானவள்" என்பது பொருள்.

அதுபோல இங்கே அம்மாவின் ராஜ்யம் நடக்கிறது. ஆதலால் அம்மாவுக்குத்தான் சிறப்பு. 'ஒருத்தியைப் பங்கில் உடையான் குமாரன்' என்று சொல்லாமல் ஒருவரைப் பங்கில் உடையாள் குமாரன் என்று பாடினார் அருணகிரியார்.

கிங்கிணி ஓசை

முருகன் திருவவதாரம் செய்தபோது பாலை விரும்பி அழுதானென்றும், அந்த அழுகையைக் கேட்ட அசுரரும் பிறரும் தாம் வாழ்வைக் குலைப்பவன் பிறந்துவிட்டான் என்று அழுதார்கள் என்றும் முன்பு ஒரு பாட்டில் அவர் சொன்னார். இப்போது அந்தக் குழந்தை ஆடி அசைகையில் அவன் இடுப்பில் கட்டிய கிங்கிணியோசையைக் கேட்டு நடுங்கினார்கள் என்று சொல்ல வருகிறார். குழந்தை இடையில் அணியும் ஆபரணங்களில் உடை மணி என்பது ஒன்று. முருகன் திருவரையிலும் அது இருக்கிறது. அதையன்றிச் சலங்கையும் அணிந்திருக்கிறான். குழந்தை தொட்டிலிற் புரளும்போதும் உட்காரும்போதும் ஆடும்போதும் நடக்க முயலும்போதும் அந்தச் சலங்கை ஜல் ஜல் என்று ஒலி செய்கிறது. அது எங்கும் கேட்கிறது.

ஒருவரைப் பங்கில் உடையாள் குமாரன்
உடைமணிசேர்
திருவரைக் கிங்கிணிஓசை பட

முன்பு குழந்தையின் அழுகையைக் கேட்டு நெஞ்சம் துணுக்குற்ற அசுரர்கள், "அந்தக் குழந்தை வளருகிறதா?" என்று விசாரித்துக் கொண்டே இருந்தார்கள். அப்படியே

மறைந்த போனால் நல்லது என்பது அவர்களுடைய ஆசை. ஆனால் அது நடக்கிற காரியமா?

அசுரர் நிலை

அவனுடன் சம்பந்தப்பட்டவர்கள் வருகிறார்களா, அவன் ஏதாவது குரல் எழுப்புகிறானா என்று கண்ணையும் காதையும் தீட்டிச் கொண்டு காத்திருந்தார்கள். சில காலம் ஒன்றும் காணவில்லை. "சரி, வெறும் அழுகையோடு போயிற்று; நாம் பயந்தது வீண்" என்று எண்ணித் தங்கள் காரியத்தில் ஈடுபட்டார்கள். அப்போது திடீரென்று முருகனுடைய திருவரைக் கிங்கிணி யோசை கேட்டது.

பசியுடையவனுக்கு சர்க்கரைப் பொங்கலைக் கண்டால் நாவில் நீர் ஊறுகிறது. வயிற்றுவலிக்காரனுக்கு அருவருப்பாக இருக்கிறது. முருகக் குழந்தையின் சலங்கையொலி நல்லவர்களுக்கு இனிதாகவும் பொல்லாதவர்களுக்குக் கடுமையாகவும் கேட்கிறது. இயற்கையில் அது இனிய ஒலிதான். ஆனால் பிறர் தொல்லையுறுவதனால் இன்பம் அடையும் அசுரர்களுக்கு அந்த ஓசை இனியதாக இல்லை. ஓசை மேலே தவறா? அதனால் உண்டாகும் நினைவுக் கோவைதான் அவர்களுக்கு அவ்வொலியினிடம் வெறுப்பை உண்டாக்குகிறது. தம்மை அழிக்கப் போகிறவன் வளர்கிறான், இனிமேல் நம்மிடம் வந்து நம் இன்ப வாழ்வைக் குலைப்பான் என்ற எண்ணம் அந்த ஒலியால் தோன்றுகிறது. அப்போது அதன் இனிமையை உணர இயலுமா?

குழந்தையானாலும் தெய்விகக் குழந்தை. அதன் செயல் ஒவ்வொன்றிலும் தெய்வத்திறல் இருக்கும். முருகக் குழந்தையின் திருவரைக் கிங்கிணியோசை அசுரர்களின் காதை எட்டுகிறது. அவ்வளவு வலிமை உடையதாக இருக்கிறது. அதைக் கேட்டு அசுரர்கள் திடுக்கிடுகிறார்கள்; நம்

வாழ்வுக்கு இறுதி வரும்போல இருக்கிறதே என்று அஞ்சுகிறார்கள்.

திருவரைக் கிங்கிணி ஓசை படத்திடுக்
கிட்டு அரக்கர்
வெருவர.

திக்குச் செவிடுபடல்

கிங்கிணி ஓசையினால் உண்டான விளைவு அதனோடு நிற்கவில்லை. அவ்வொலி திக்கு முழுவதும் சென்று பரவுகிறது. முன்பெல்லாம் திக்குப் பாலகர்கள் திக்குகளைக் காத்துக் கொண்டிருந்தார்கள். அப்போது சுரராஜ்யம் நடந்து கொண்டிருந்தது. இப்போது அசுரராஜ்யம் அல்லவா நடக்கிறது? சூரபன்மனுடைய அரசாட்சியில் முக்கியமான பதவிகளில் எல்லாம் அவன் தன் துணைவர்களையே வைத்திருக்கிறான். திக்குகளில் அவனுடைய படைவீரர்கள் இருக்கிறார்கள். அங்கெல்லாம் சென்று மோதுகிறது கிங்கிணி ஓசை. திக்குச் செவிடுபட்டுப் போகும்படி அந்த ஒலி பரவுகிறது.

திக்குச் செவிடுபட்டு

மலைகள் அதிர்தல்

மேருமலை நடுவில் நிற்க எட்டுப் பெருமலைகள் சுற்றிலும் நிற்கின்றன. இந்த ஒலி அவற்றையும் அதிரச் செய்கிறது. ஒலியின் சிறப்பையும் வேகத்தின் கடுமையையும் அளவுகாட்ட, மேருவையும் எட்டு மலைகளையும் அவை நடுங்க வைத்தன என்று சொல்வது அருணகிரிநாதருக்கு வழக்கமாகிவிட்டது. மயில் நடக்கும்போது அதன் பீலிக் காற்றுப் பட்டதும்,

"அசைந்தது மேரு; அடியிட எண்
திசைவரை தூள்பட்ட"

என்று பாடினார். சேவல் சிறகை அடித்துக் கொண்ட போது என்ன நிகழ்ந்தது?

"இடைபட்ட குன்றமும் மாமேரு வெற்பும்
இடிபட்டவே"

என்று அவர் பாடுகிறார். அந்தக் காற்றின் கடுமையை இந்த நிகழ்ச்சியினால் உணரும்படி செய்கிறார். 'அணுகுண்டு வெடித்தது; அதன் ஆற்றல் இத்தகையது' என்று சொல்ல வருகிறவர்கள் அதனால் விளைந்த விளைவையே சொல்கிறார்கள். ஒரு கணத்தில் மூன்று லக்ஷம் பேர்கள் இறந்தார்கள் என்கின்றார்கள். அது போலவே அருணகிரிநாதரும் விளைவைக் கண்டு நிகழ்ச்சியையும் அதற்குக் காரணமான பொருளையும் சிறப்பிக்கிறார்.

கிங்கிணி ஓசை பகைவரை நடுங்கச் செய்தது; திக்குச் செவிடு படும்படி செய்தது; எட்டு மலைகளையும், கனகக் குன்றாகிய மேரு மலையையும் அதிரச் செய்தது.

எட்டுவெற் பும்கனகப்
பருவரைக் குன்றும் அதிர்ந்தன.

அந்த வெற்பு ஒவ்வொன்றிலும் சூரபன்மனுடைய ஆட்கள் இருந்தார்கள். சுரர்கள் வாழும் ஆலயமாக இருந்த மேரு இப்போது அசுராலயமாயிற்று. ஆட்சியை மேற்கொள்கிறவன் முக்கியமான நகரங்களையும் கோட்டைகளையும் கைப்பற்றிக் கொண்டு, அங்கங்கே நம்பிக்கையுள்ள

அதிகாரிகளை வைப்பது வழக்கந்தானே? சூரனும் அப்படியே செய்தான். எங்கே பார்த்தாலும் தன்னுடைய தளபதிகளையே வைத்தான்.

முருகன் முன் அறிவிப்பு இல்லாமல் தண்டிக்கிறவன் அல்ல. 'நம் அழுகையைக் கேட்டுத் திருந்தாத அசுரர்கள் இந்த ஒலியைக் கேட்டாவது தம் கொடிய செயலிலிருந்து நீங்கட்டும்' என்பது அவன் திருவுள்ளம். அதனால் அசுரர்கள் இருக்கும் இடங்களுக்கெல்லாம் பரவித் தன் கிண்கிணியோசை கேட்கும்படி செய்தான்.

இந்த ஒலி அவர்களை நடுங்கச் செய்தது. அவர்கள் வாழும் இடங்களை அதிரச் செய்தது. அவர்கள் அதைக் கேட்டுத் திருந்தினார்களா? அதுதான் இல்லை. சில நேரம் அந்த அச்சம் இருந்தது. பிறகு பழையபடி தம்முடைய காரியங்களை மேற்கொண்டார்கள்.

வைராக்கிய வகை

நாமும் இந்த நிலையில்தான் இருக்கிறோம். 'இந்த உலகம் நிலையாது; வாழ்க்கை நிலையாது; நாமும் ஒருநாள் இறந்து படுவோம்; காலன் வந்து நம்மைக் கட்டி இழுத்துப் போவான்' என்ற நினைவு நமக்கு உண்டாகும்படியான நிகழ்ச்சிகள் நடக்கின்றன. யாரேனும் இறந்தால் இந்த நினைவு எழுகிறது; அச்சம் உண்டாகிறது.

யாரேனும் பெரியவர் உலகத்தின் உண்மையை எடுத்துச் சொல்லிச் சொற்பொழிவு ஆற்றும்போது நமக்கு நினைவு உண்டாகிறது; அஞ்சுகிறோம். 'இனி, போகிற வழிக்குப் புண்ணியம் தேடவேண்டும்' என்ற எண்ணங்கூட உண்டாகிறது. ஆனால் அது சில நிமிஷங்களிலே மறைந்து விடுகிறது.

இந்த இரண்டுவிதமான நிகழ்ச்சிகளிலும் உண்டாகிற உணர்ச்சியை ஸ்மசான வைராக்கியம், புராண வைராக்கியம் என்று சொல்லுவார்கள். இந்த வரிசையில் மற்றொன்றும் உண்டு. அதைப் பிரசவ வைராக்கியம் என்று சொல்லுவார்கள். குழந்தையைப் பெறும்போது உண்டாகும் வேதனையைப் பொறுக்க முடியாத தாய், இனித் தன் மணாளனோடு இன்புறக் கூடாது என்று தீர்மானம் செய்து கொள்கிறாள். ஆனால் குழந்தையின் முகத்தைப் பார்த்தவுடன் அந்த வேதனை மறந்து போய்விடுகிறது.

இன்னும் ஒரு வைராக்கியம் உண்டு. அது நாயின் வாழ்க்கை யோடு சம்பந்தம் உடையது. நாய், "இனிமேல் நாம் எச்சில் இலையைத் தொடவே கூடாது" என்று முடிவு செய்து கொண்டு குப்பை மேட்டில் படுத்திருக்குமாம். சொத் என்று எங்கேனும் எச்சில் இலை விழுகிற ஒலி காதில் பட்டால் இந்த எண்ணத்தை மறந்து உடம்பை உதறிக் கொண்டு புறப்பட்டுவிடுமாம். இதைச் சுவான வைராக்கியம் என்று சொல்வது வழக்கம். ஒரு கணத்துக்கு நிற்கிற வைராக்கியங்கள் இவை.

அசுர இயல்பு

மனிதனிடம் இருக்கும் இந்த இயல்பு அசுரர்களிடமும் இருக்கிறது. அப்படிச் சொல்வதைவிட அசுரர்களிடம் உள்ள நிலையற்ற தெளிவு மனிதனிடம் இருக்கிறது என்று சொல்லலாம். ஒவ்வொரு மனிதனிடமும் அசுர இயல்பும் தேவ இயல்பும் கலந்தே இருக்கின்றன. அசுர இயல்புகளைக் கொஞ்சங் கொஞ்சமாகப் போக்கிக் கொண்டு வந்தால் நன்மை உண்டாகும்.

முருகன் அழுகையொலி கேட்டுப் புலம்பிய அசுரர்கள் அன்றோடு அந்த அச்சத்தை மறந்து போனார்கள். மறுபடியும் எச்சரிக்கை செய்வதுபோல முருகன் கிங்கிணியொலியை எழுப்பினான். அப்போதைக்கு அவர்கள் அஞ்சினார்கள். அவ்வளவுதான்.

தேவர் மகிழ்ச்சி

இறைவனுடைய கிங்கிணி ஓசையைக் கேட்டு அஞ்சினவர்களும் நடுங்கினவர்களும் இருக்கட்டும். யாரேனும் அதைக் கேட்டு மகிழ்ந்தார்களா? அசுரர்களுடைய அச்சத்தில் மகிழ்ச்சியும் முருகனுடைய அவதாரத்தில் தைரியமும் அடைபவர்கள் தேவர்கள். அவர்கள், "நம்மைக் காப்பாற்ற வந்த பெருமான் குழந்தைத் திருவிளையாடல்களைச் செய்து கொண்டு வளர்கிறான்" என்று எண்ணி மகிழும்படி அந்தக் கிங்கிணியோசை செய்தது. இந்தச் சூரபன்மனுடைய கொடிய ஆட்சியைப் போக்க இயலாமல், நாம் நம் இன்ப வாழ்வை இழந்து திண்டாடுகிறோமே! இனியும் நமக்கு எந்த நிலை வருமோ என்று அஞ்சிக் குலைந்து கொண்டிருந்த தேவர்களுக்கு இப்போது அந்த அச்சம் போய் விட்டது; நம்பிக்கை உதயமாயிற்று.

தேவர் பயம் கெட்டதே.

சூரியன் வானத்தில் தோன்றும்போது மக்கள் துயிலுணர்ந்து எழுந்து சுறுசுறுப்போடு வேலை செய்யப் புகுகிறார்கள். பறவைகள் சிறகையடித்துக்கொண்டு பறக்கின்றன. தாமரை மலர்கள் மலர்கின்றன. ஆனால் எலும்பில்லாத புழுக்கள் இறக்கின்றன. குவளை கூம்புகிறது. ஆந்தை அஞ்சுகிறது. அவை தம் இயல்புக்கு ஏற்ற பயனை அடைகின்றன. அவ்வண்ணமே, இங்கே முருகன் திரு வரைக் கிண்கிணி ஓசையைக் கேட்டுத் தேவர்களும் அவர்களைச்

சார்ந்தவர்களும் முக மலர்ச்சி பெறுகிறார்கள். அதுகாறும் தாம் பெற்றிருந்த அச்சத்தை உதறுகிறார்கள். ஆனால் அசுரர்களோ வாட்டமுறுகிறார்கள். அதுகாறும் அவர்கள் அறியாத அச்சமும் நடுக்கமும் அவர்கள் பால் உண்டாகின்றன.

முருகன் பராக்கிரமம்

முருகன் கிங்கிணி ஓசையின் இனிமையை அருணகிரிநாதர் இங்கே சொல்லவில்லை. எல்லாக் குழந்தைகளின் கிண் கிணிக்கும் அந்த இனிமை உண்டு. அது கிங்கிணியின் இயல்பேயன்றி, குழந்தையின் பெருமை அன்று. முருகன் திருவரைக் கிங்கிணி ஓசையினால் விளையும் விளைவுகள் அந்தக் கிங்கிணியால் விளைந்தவை அல்ல. முருகனால் விளைந்தவை. கிங்கிணி முருகன் அணிந்ததாக இருப்பதனால் இத்தகைய நிகழ்ச்சிகள் நடந்தன. ஆதலின் கிங்கிணியைப் புகழும் முகத்தால் முருகனுடைய பராக்கிரமத்தையே அருணகிரிநாதர் எடுத்துக் காட்டுகிறார்.

ஒருவரைப் பங்கில் உடையாள்
குமாரன் உடைமணிசேர்
திருவரைக் கிங்கிணி ஓசை
படத்திடுக் கிட்டரக்கர்

வெருவரத் திக்குச் செவிடுபட்
டெட்டுவெற் பும்கனகப்
பருவரைக் குன்றும் அதிர்ந்தன
தேவர் பயம்கெட்டதே.

(ஒப்பற்றவராகிய சிவபெருமானைத் தன்னுடைய வலப்பாகத்தில் உடைய உமாதேவியின் குமாரனாகிய முருகனது உடைமணியென்னும் அணி அணிந்த அழகிய

இடையில் கட்டிய கிங்கிணியின் ஓசை காதிலே பட, அசுரர் திடுக்கிட்டு அஞ்ச, திசைகள் செவிடுபட்டு எட்டு மலைகளும் பொன்னாலான பெரிய சாரலையுடைய மேருமலையும் அதிர்ந்தன; தேவர்களின் பயம் அழிந்தது.

ஒருவர் - ஒப்பற்றவர். உடையாள் - உமாதேவி. உடைமணி - இடையில் அணியும் ஒருவகை ஆபரணம். அரை - இடை. அரக்கர் - ராட்சதர்; இங்கே அசுரரைக் குறித்தது. வெருவர- அஞ்ச. கனகம் - பொன். வரை - மலைப்பக்கம்.)

முற்றும்.

★ ★ ★

9 788199 777491

Printed at Repro India Ltd.